# എങ്ങനെ വളരണം
# എങ്ങനെ വളർത്തണം



INSIGHT PUBLICA ®

Nadakkavu, Kozhikode, Kerala
www.insightpublica.com
e-mail: insightpublica@gmail.com

Engane valaranam engane valarthenam

(Malayalam)

Insight Research Team

First Edition: September 2012
This Edition: November 2023



ISBN 978-93-87398-72-6
Printed and Published by
InsightinPublica Printers & Publishers Pvt Ltd.

# എങ്ങനെ വളരണം
# എങ്ങനെ വളർത്തണം

ഇൻസൈറ്റ് റിസർച്ച് ടീം

INSIGHT PUBLICA®

# വളരാനും വളർത്താനുമുള്ള പുസ്തകം

തന്റെ കുട്ടിയെ നന്നായി വളർത്തണമെന്ന് ആഗ്രഹിക്കാത്ത രക്ഷിതാക്കളില്ല. തനിക്ക് നല്ല നിലയിൽ എത്തണമെന്ന് വിചാരിക്കാത്ത കുട്ടികളുമില്ല. എന്നാൽ എങ്ങിനെയാണ് തന്റെ കുട്ടിയെ വളർത്തേണ്ടതെന്നും എങ്ങിനെയൊക്കെയാണ് താൻ വളരേണ്ടത് എന്നും രക്ഷിതാക്കൾക്കും കുട്ടികൾക്കും കൃത്യമായി അറിയുകയുമില്ല.

കുട്ടികൾക്ക് വേണ്ടി എന്തെല്ലാമോ ചെയ്തുകൊടുക്കുന്ന രക്ഷിതാക്കളാണ് ബഹുഭൂരിപക്ഷവും. കുട്ടികളുടെ ഇഷ്ടങ്ങൾ നിറവേറ്റി കൊടുക്കുക മാത്രമാണ് തങ്ങൾ ചെയ്യേണ്ടത് എന്നാണവർ കരുതുന്നത്. രക്ഷിതാക്കളുടെ ഈ മനോഭാവങ്ങൾ കുട്ടികളെ പലപ്പോഴും വഴിതെറ്റിക്കുകയും പ്രശ്നങ്ങളെ നേരിടാനുള്ള കഴിവില്ലാത്തവരായി കുട്ടിയെ മാറ്റിത്തീർക്കുകയും ചെയ്യുന്നു. രക്ഷിതാക്കളും കുട്ടികളും നേരിടുന്ന ഈ പ്രതിസന്ധിയെ അഭിസംബോധന ചെയ്യുന്ന പുസ്തകമാണിത്. ഇൻസൈറ്റ് റിസർച്ച് ടീം തയ്യാറാക്കിയ ഈ ഗ്രന്ഥം ശാസ്ത്രീയമായ അന്വേഷണങ്ങളുടെയും പഠനങ്ങളുടെയും ഫലമാണ്. കുട്ടികളെ വളർത്തുന്നതിന് ശാസ്ത്രീയവും മനോഹരവുമായ വഴികൾ ഈ ഗ്രന്ഥം കാട്ടിത്തരുന്നു. കേരളത്തിലെ മുഴുവൻ രക്ഷിതാക്കൾക്കും വിദ്യാർത്ഥികൾക്കുമായി ഞങ്ങളിത് സന്തോഷപൂർവ്വം സമർപ്പിക്കുന്നു.

**സുമേഷ് ഇൻസൈറ്റ്**

നിങ്ങളുടെ കുട്ടികൾ നിങ്ങളുടെ കുട്ടികളല്ല
ജീവിതം അതിനായി ആറ്റുനോറ്റിരുന്ന
ആൺമക്കളും പെൺമക്കളുമാണവർ.
അവർ നിങ്ങളിലൂടെയാണ് വരുന്നത്,
പക്ഷേ നിങ്ങളിൽ നിന്നല്ല.

നിങ്ങളുടെ കൂടെയുണ്ടെങ്കിലും അവർ നിങ്ങളുടേതല്ല
നിങ്ങളുടെ സ്നേഹം നിങ്ങളവർക്കു നൽകുക.
നിങ്ങളുടെ ചിന്ത പക്ഷേ നൽകരുത്.
കാരണം അവർക്ക് അവരുടേതായ ചിന്തകളുണ്ട്.
അവരുടെ ശരീരത്തെ നിങ്ങൾ കൂടെ പാർപ്പിക്കുക.
പക്ഷേ അവരുടെ ആത്മാവിനെയല്ല.
കാരണം നാളെയുടെ വീട്ടിലാണ് അവരുടെ
ആത്മാക്കളുടെ പാർപ്പ്.

സ്വപ്നത്തിൽ പോലും നിങ്ങൾക്കവിടം പോവാനാവില്ല.
നിങ്ങൾ അവരെപ്പോലെയാകാൻ ശ്രമിക്കുക,
പക്ഷേ അവരെ നിങ്ങളെപ്പോലെയാക്കാൻ ഒരിക്കലും ശ്രമിക്കരുത്.
കാരണം ജീവിതം മുന്നോട്ടാണ് പോകുന്നത്,
ഇന്നലെയിൽ അത് തങ്ങിനിൽക്കുന്നില്ല.

ജീവിക്കുന്ന അമ്പുകളാണ് കുഞ്ഞുങ്ങൾ
ഏതിൽ നിന്നാണോ മുന്നോട്ട് പോയത്
ആ വില്ലുകളാണ് നിങ്ങൾ.
അനശ്വരതയുടെ പാതയിലെ അമ്പിന്റെ തരം ഏതെന്ന്
വില്ലാളി ഉറ്റുനോക്കിക്കൊണ്ടിരിക്കുന്നുണ്ട്.
അതിവേഗം ആ അമ്പ്
മുന്നോട്ടുപോകുമെന്ന് തീർപ്പാക്കി നിങ്ങളെ
ആ വില്ലാളി മുട്ടുകുത്തിച്ചിരിക്കുന്നു.

വില്ലാളി മുട്ടുകുത്തിച്ചതിനെ സന്തോഷത്തോടെ വരിക്കുക.
കാരണം തൊടുത്തുവിട്ട അമ്പിനെയെന്ന പോൽ,
ഉറച്ചുനിൽക്കുന്ന വില്ലിനെയും വില്ലാളി സ്നേഹിക്കുന്നു.

**ഖലീൽ ജിബ്രാൻ**

# ആമുഖം

ലോകത്തെ ഏറ്റവുമധികം ആളുകൾ അവരറിയാതെ തന്നെ ചെയ്തുപോരുന്ന ഏറ്റവും കടുപ്പമേറിയ ഒരു ജോലിയെ കുറിച്ചുള്ള ഒരു പുസ്തകമാണിത്. രക്ഷാകർതൃത്വം എന്നാണ് ആ ജോലിയുടെ പേര്. സന്തോഷമുള്ള, ആരോഗ്യമുള്ള, സംസ്കാരമുള്ള, പരാശ്രയത്വമില്ലാത്ത ഒരു മനുഷ്യക്കുഞ്ഞിനെ വളർത്തുകയെന്നതായിരുന്നു ആ ജോലിയുടെ ജോബ് ഡിസ്ക്രിപ്ഷൻ. ഇഷ്ടപ്പെട്ടില്ലെങ്കിൽ പോലും നിങ്ങൾക്ക് മാറിനിൽക്കാനാവാത്ത, പരിശീലിക്കാൻ ഒരവസരവും നിങ്ങൾക്കുതരാതെ പൊടുന്നനെ സംഭവിച്ച, സമൂഹത്തിലെയും കുടുംബത്തിലെയും നിങ്ങളുടെ മറ്റുതൊഴിലുകളെയും സംഘർഷങ്ങളെയും പരിഗണിക്കാത്ത ആ ജോലി ലോകത്തെ ഏറ്റവും സംതൃപ്തി നൽകുന്ന ജോലികളിലൊന്നുകൂടിയാണ്.

നമ്മുടെ രക്ഷിതാക്കളിൽ നിന്ന് നമുക്ക് കിട്ടിയതിന്റെ എത്രയോ അധികം ശ്രദ്ധ നമ്മുടെ കുട്ടികൾക്ക് നാം നൽകുന്നു. അല്ലെങ്കിൽ അങ്ങനെയായിരിക്കണമെന്നാണ് നമ്മുടെ ആഗ്രഹം. അതിനായി നാം ഒട്ടേറെ പണം ചെലവിടുന്നു, മികച്ച ഭക്ഷണവും വസ്ത്രവും നൽകുന്നു, നല്ല സ്കൂളിൽ ചേർക്കുന്നു. ഇത്രയൊക്കെയായിട്ടും കുട്ടികൾ നമ്മുടെ പ്രതീക്ഷക്കൊത്തുയരുന്നില്ല എന്ന് നാം വിചാരിക്കുന്നു. പഠിക്കുന്നില്ല, എപ്പോഴും കളിക്കുന്നു, മോശം കൂട്ടുകെട്ടിൽ അകപ്പെടുന്നു, കൂട്ടുകൂടാതെ വീട്ടിൽ തന്നെ ചടഞ്ഞിരിക്കുന്നു, അനുസരണക്കേട് കാട്ടുന്നു, അലസനാണ്, സ്വഭാവം മോശമാണ് തുടങ്ങിയ നിരവധി പരാതികൾ നമ്മിൽ പലർക്കും കുട്ടികളെ പറ്റിയുണ്ട്. കുട്ടികൾ വളരുന്തോറും ആ പരാതികൾ ഏറുന്നു.

ഗുണദോഷവിചാരങ്ങളില്ലാതെ തലമുറകളായി, തലമുറകളിൽ പരീക്ഷിക്കപ്പെട്ട അതേ സംഗതികൾ ചെറിയതുപ്രഭാവങ്ങളോടെ നാമും നമ്മുടെ അടുത്ത തലമുറയിൽ പരീക്ഷിക്കുന്നു. ആ ശൈലികൾ ശരിയോ തെറ്റോ എന്നുള്ള വിചാരമല്ല ഈ പുസ്തകം. മറിച്ച് സാമൂഹ്യശാസ്ത്രമേഖലയിൽ തന്നെ ഏറ്റവും കൂടുതൽ ഗവേഷണം നടന്ന ഒരു മേഖലയെ കുറിച്ച് ലളിതമായി പരിചയപ്പെടുത്തുക എന്നതാണ് ലക്ഷ്യം. മെഡിക്കൽ സയൻസ്, മന:ശാസ്ത്രം, സോഷ്യോളജി, ബിഹേവിയറൽ സയൻസ്, ന്യൂറോളജി തുടങ്ങിയ നിരവധി വിഷയങ്ങളിലായി പരന്നുകിടക്കുന്ന പാരന്റിംഗ് വിജ്ഞാനീയങ്ങളിലേക്കുള്ള ഒരു പ്രവേശിക മാത്രമാണിത്. അതേ സമയം തന്നെ ഒരു ശരാശരി മലയാളി രക്ഷിതാവിന് തങ്ങളുടെ കുട്ടികളെ വളർത്തുന്നതിനെ സംബന്ധിച്ച് മികച്ചൊരു ധാരണനൽകാൻ ഈ പുസ്തകത്തിനാവും. പട്ടാളത്തിലെ സൈനികരെ അച്ചടക്കം പഠിപ്പിക്കുന്നത് പോലെ നമുക്ക് കുട്ടികളെ വളർത്താനാവില്ലെന്ന് കഴിയാവുന്ന വിധത്തിൽ ഈ പുസ്തകം പറയുന്നു.

പാരന്റിംഗിലെ വിവിധ ശൈലികളെയും രീതികളെയും ഈ പുസ്തകം പരിചയപ്പെടുത്തുന്നു.അനുതാപം, സത്യസന്ധത, പരാശ്രയമില്ലായ്മ, ആത്മനിയന്ത്രണം, ദയ, സഹകരണം,

ഉൻമേഷം, ബുദ്ധിപരമായ ആകാംക്ഷ, പ്രചോദനം, എന്തെങ്കിലും നേടണമെന്നുള്ള ചിന്ത തുടങ്ങിയ കാര്യങ്ങൾ കുട്ടികളിലുണ്ടാക്കാൻ രക്ഷിതാക്കൾക്ക് എന്തൊക്കെ ചെയ്യാൻ കഴിയുമെന്ന് ഈ പുസ്തകം വിശദീകരിക്കുന്നു.

ജനനം മുതൽ കൗമാരം വരെയുള്ള കുഞ്ഞിന്റെ സ്വഭാവം എന്താണ്, കൗമാരത്തിൽ സൂക്ഷിക്കേണ്ട കാര്യങ്ങൾ എന്തൊക്കെയാണ്, കുട്ടിയുടെ മോശം പെരുമാറ്റത്തെ എങ്ങനെ ശരിയാക്കാം, അച്ചടക്കത്തിന്റെ കടുപ്പം എത്രത്തോളമാവാം, കുട്ടിയെ തല്ലാമോ, തല്ലാതെ പിന്നെ വേറെന്തുവഴി, കുട്ടി വളരെയധികം നേരം ടിവി

കാണുമ്പോൾ എന്തുചെയ്യണം, ടിവിയെ പഠനത്തിനായി എങ്ങനെ ഉപയോഗപ്പെടുത്താം, കുട്ടികൾക്ക് എത്രമാത്രം സംരക്ഷണം കൊടുക്കണം, കുട്ടികളെ സംബന്ധിച്ച് ഉചിതമല്ലാത്ത പേടികൾ എന്തൊക്കെയാണ്, പഠനത്തിനായി എന്തൊക്കെ കാര്യങ്ങൾ ഒരുക്കിക്കൊടുക്കണം, പഠിക്കാനായി ഒരു മുറി ആവശ്യമുണ്ടോ, പഠനമുറി എങ്ങനെയൊരുക്കണം, കുട്ടികൾ ഗൃഹപാഠം ചെയ്യുന്നതിൽ രക്ഷിതാക്കൾക്ക് എത്രമാത്രം സഹായിക്കാം, പരീക്ഷയിൽ കുട്ടി

തോൽക്കാൻ കാരണമെന്താണ്, തെറ്റായ പഠനരീതികൾ എന്തൊക്കെയാണ്, കുട്ടികൾക്കിടയിൽ തുല്യനീതി പാലിക്കുന്നതിന്റെ പ്രശ്നങ്ങൾ എന്തൊക്കെയാണ്? പോക്കറ്റ് മണി നൽകുമ്പോൾ ശ്രദ്ധിക്കേണ്ട കാര്യങ്ങൾ എന്തൊക്കെയാണ്? കുട്ടി ദുർച്ചെലവ് കൊണ്ട് എന്തെങ്കിലും അബദ്ധങ്ങൾ കാണിച്ചുപോയാൽ എന്തു ചെയ്യണം, കുട്ടിയെ അനുനയിപ്പിക്കാനുള്ള മാർഗങ്ങളിലൊന്നാണോ ഭക്ഷണം,കുട്ടികളെ പ്രശംസിക്കുന്നതെങ്ങനെ, പ്രശംസയുടെ ദൂഷ്യങ്ങൾ എന്തൊക്കെ, എല്ലാം മോശം പെരുമാറ്റത്തെയും ശിക്ഷിക്കണോ, തുടങ്ങിയ കാര്യങ്ങളെ കുറിച്ച് മെച്ചപ്പെട്ടൊരു ധാരണ നൽകാൻ ഈ പുസ്തകം സഹായിക്കും.

ഒരു രക്ഷിതാവിന്റെ എല്ലാത്തരം പ്രശ്നങ്ങൾക്കുമുള്ള ഒറ്റമൂലിയല്ല ഈ പുസ്തകം. ഇതിലെ നിർദേശങ്ങൾ ഏതുകുട്ടിയുടെയും ഏതുസമയത്തെയും എല്ലാ പ്രശ്നങ്ങൾക്കും ഉടനടി പരിഹാരം ഉണ്ടാക്കണമെന്നില്ല. പക്ഷേ നമ്മെ, നമ്മുടെ കുട്ടിയെ നന്നായി മനസ്സിലാക്കാൻ ഈ പുസ്തകം സഹായിക്കുമെന്ന് ഉറപ്പാണ്. കുട്ടികളിൽ വായനാശീലം വളർത്തുന്നതെങ്ങിനെ, വായനാ വൈകല്യം, ഇൻസ്റ്റന്റ് ഭക്ഷണം എന്നിവയെ കുറിച്ച് ഓരോ ലേഖനങ്ങൾഅവ പാരന്റിംഗുമായി ബന്ധപ്പെട്ട വിഷയങ്ങൾ തന്നെയായതിനാൽ അനുബന്ധമായി നൽകിയിട്ടുണ്ട്.

## ഉള്ളടക്കം

# രക്ഷാകർതൃത്വം: ശൈലികളും രീതികളും

ഒരു നവജാതശിശു വളർന്ന് പ്രായപൂർത്തിയെത്തുന്നതുവരെയുള്ള ശാരീരികവും വൈകാരികവും സാമൂഹ്യവും ബൗദ്ധികവുമായ വളർച്ചക്ക് വേണ്ടുന്ന കാര്യങ്ങൾ ചെയ്യുകയെന്നാണ് പാരന്റിംഗ് അല്ലെങ്കിൽ രക്ഷാകർതൃത്വം എന്ന പദം കൊണ്ട് ഉദ്ദേശിക്കുന്നത്. സാധാരണഗതിയിൽ അച്ഛനും അമ്മയും ആണ് പാരന്റിംഗ് ചുമതല വഹിക്കുന്നത്. എന്നാൽ ഒരു കുട്ടിക്ക് ജീവശാസ്ത്രപരമായി ജന്മം നൽകി എന്നത് കൊണ്ടുമാത്രം രക്ഷാകർതൃത്വം എന്ന പ്രക്രിയ സ്വയമേവ നടക്കണമെന്നില്ല. ബുദ്ധിയും തന്ത്രവും സമ്പത്തും സ്നേഹവും ഉപയോഗിച്ച്, സമൂഹത്തിന് ശല്യമില്ലാത്ത ഒരു കുട്ടിയെ വളർത്തിയെടുക്കുമ്പോൾ മാത്രമാണ് രക്ഷാകർതൃത്വം പൂർണമാവുന്നത്. ഒരു കുട്ടിയെ വളർത്തിയെടുക്കുന്ന കാര്യത്തിൽ സർക്കാരും സമൂഹവും നേരിട്ടല്ലാത്ത വിധത്തിൽ പലതരത്തിലുമുള്ള റോളുകളും അതിൽ വഹിക്കുന്നുണ്ട്. ഉപേക്ഷിക്കപ്പെട്ടതോ അനാഥരോ ആയ കുട്ടികൾ അനാഥാലയത്തിലോ ദത്തെടുത്ത കുടുംബങ്ങളിലോ വളരുന്നു. സാമൂഹികനിലവാരം, വരുമാനം, സമ്പത്ത് എന്നിങ്ങനെയുള്ള ഘടകങ്ങൾക്ക് കുട്ടികൾ എങ്ങനെ വളർത്തപ്പെടുന്നു എന്ന കാര്യത്തിൽ കാര്യമായ പങ്കുണ്ട്.

എല്ലാവർക്കും ആഗ്രഹിച്ച തോതിൽ തന്നെ കുട്ടികളെ വളർത്താൻ കഴിയണമെന്നില്ല. കാലം മാറുന്നതിനനുസരിച്ചും പാരന്റിംഗ് ശൈലികൾ മാറുന്നു.

സാധാരണയായി നാലോളം പാരന്റിംഗ് ശൈലികളാണ് നിലവിലുള്ളത്. അതോറിറ്റേറിയൻ, അതോറിറ്റേറ്റീവ്, പെർമിസ്സീവ്,

അണിൻവോൾവ്ഡ് എന്നിവയാണവ. അവയെ കുറിച്ചുള്ള ലഘുവി ശദീകരണം താഴെ കൊടുക്കുന്നു.

**അതോറിറ്റേറിയൻ:** ഈ ശൈലി കുട്ടികളിൽ നിന്ന് ആവശ്യപ്പെടുന്നത് വളരെ കടുപ്പത്തോടെയുള്ള അച്ചടക്കമാണ്. കുട്ടി ഇന്ന നിലയിൽ പെരുമാറണം എന്നുള്ള പ്രതീക്ഷയോടെ ഒരു കൂട്ടം കഠിനമായ നിയമങ്ങൾ അടിച്ചേൽപിച്ച് കുട്ടിയിൽ നിന്ന് നിരുപാധികമായ അനുസരണം രക്ഷിതാക്കൾ ആവശ്യപ്പെടുന്നു. നിയമങ്ങളെ കുട്ടി ചോദ്യം ചെയ്യുകൂടാ. നിയമങ്ങൾ പാലിക്കപ്പെട്ടില്ലെങ്കിൽ അല്ലെ ങ്കിൽ അനുസരണം ഉണ്ടാക്കാനായി ശിക്ഷയുണ്ട്. 'ഞാൻ അങ്ങനെ പറഞ്ഞു, നീ അനുസരിച്ചില്ല. അതിനാലാണ് ശിക്ഷ' എന്നല്ലാതെ സാധാരണഗതിയിൽ ശിക്ഷകളുടെ അർഥം വിശദീകരിക്കപ്പെടുന്നി ല്ല. ഇത്തരം കുട്ടികൾ ഉന്മേഷം നഷ്ടപ്പെട്ട്, ചിന്തയിലാണ്ട്, എളുപ്പ ത്തിൽ മാനസികസമ്മർദത്തിൽ അകപ്പെടുന്നു. ചിലകേസുകളിൽ കുട്ടികൾക്ക് ആരോടെന്നില്ലാത്ത ശത്രുത വളരുന്നു.

**അതോറിറ്റേറ്റീവ്:** അപൂർവമായി മാത്രം ശിക്ഷിച്ച് ഗുണപരമായ സ്വഭാവശീലങ്ങൾ കുട്ടികളിൽ നട്ടുവളർത്തുന്ന ശൈലിയാണിത്. കുട്ടികളുടെ വികാരങ്ങളെയും കഴിവുകളെയും കുറിച്ച് രക്ഷിതാവിന് ബോധമുണ്ട്. കുട്ടിയുടെ സ്വാതന്ത്ര്യത്തിന്റെ വികാസം ഒരു പരി ധിക്കുള്ളിൽ ഈ ശൈലിയിൽ സാധ്യമാണ്. പരസ്പരം കൊണ്ടും കൊടുത്തുമുള്ള ഒരു ബന്ധം രക്ഷിതാവിനും കുട്ടിക്കുമിടയിലുണ്ട്. ഈ ശൈലിയാണ് ഏറ്റവും അനുയോജ്യമെന്ന് ചില ഗവേഷണങ്ങളിൽ കാണുന്നു.

**പെർമിസ്സീവ്:** മധ്യവർഗകുടുംബങ്ങളിൽ പ്രധാനമായും കണ്ടുവരുന്ന ഈ ശൈലിയിൽ കുട്ടികളുടെ സ്വാതന്ത്ര്യത്തിന് വിലയുണ്ട്. കാര്യ കാരണബന്ധമുള്ള വിശദീകരണത്തിന്മേലാണ് രക്ഷിതാക്കളുടെ ഊന്നൽ. ശിക്ഷകളില്ലെന്നു തന്നെ പറയാം. ബാഹ്യമായ നിയന്ത്ര ണങ്ങളിൽ നിന്ന് കുട്ടികൾ വിമുക്തമാണ്. ഈ ശൈലിയിൽ വളരുന്ന കുട്ടികൾ സന്തോഷവാൻമാരാണ്. അതേസമയം വീടുകളിൽ ഒരു ഘടന ഇല്ലാത്തതിനാൽ ഒരു തരത്തിൽ, തോന്നിയപോലെ അല്ലെ ങ്കിൽ തനിക്ക് താൻ മതി എന്ന നിലയിൽ കുട്ടികൾ പെരുമാറുന്നു.

**അണിൻവോൾവ്ഡ് :** രക്ഷിതാക്കൾ വൈകാരികമായി അല്ലെങ്കിൽ ശാരീരികമായി തന്നെ അപ്രത്യക്ഷരായിരിക്കുന്ന ശൈലിയാണിത്. ശൈലിയില്ലായ്മ എന്നുതന്നെ പറയാം. കുട്ടികൾക്കും രക്ഷിതാക്കൾ ക്കുമിടയിൽ വലിയ അകൽച്ചയാണ്. അല്ലെങ്കിൽ കുട്ടികളുമായി രക്ഷിതാക്കൾക്ക് സമ്പർക്കം ഇല്ല എന്നും പറയാം. കുട്ടികളുടെ

ആവശ്യങ്ങളോട് അവർ പ്രതികരിക്കാറില്ല. കുട്ടികളെ കുറിച്ച് ഒരു പ്രതീക്ഷയും രക്ഷിതാക്കൾക്കില്ല. കുട്ടികൾ അവരോട് ഇന്ന നിലയിൽ പെരുമാറണമെന്ന പ്രതീക്ഷ തീരെയില്ല. ഇത്തരം കുട്ടികൾ മറ്റുകുട്ടികളുടെ കുരുത്തക്കേടിന് ഇരയാവുന്നു, അല്ലെങ്കിൽ സ്വയം കുരുത്തക്കേട് കാട്ടുന്നു. സമൂഹവുമായുള്ള ഇടപെടൽ, പഠനം, മാനസികാരോഗ്യം, നല്ല പെരുമാറ്റം എന്നീ മേഖലകളിൽ ഈ കുട്ടികൾക്ക് ഒരുപാട് പ്രശ്നങ്ങളുണ്ടാവും.

മേൽ പറഞ്ഞ പാരന്റിംഗ് ശൈലികളിൽ ഇന്ന മാതൃകയാണ് ശരി എന്നില്ല. ഒരു കുടുംബത്തിനോ കുട്ടിക്കോ യോജിച്ച കാര്യങ്ങൾ മറ്റൊരുകുടുംബത്തിന് സ്വീകാര്യമായിക്കൊള്ളണമെന്നില്ല. ആദ്യത്തെയും അവസാനത്തെയും ശൈലികൾ തമ്മിൽ വിരുദ്ധധ്രുവങ്ങളിലാണ് എന്നുള്ളത് ശ്രദ്ധിച്ചുകാണുമല്ലോ?സാധാരണകുടുംബങ്ങളിൽ കണ്ടുവരുന്നത് ഇവയ്ക്കിടയിലുള്ള ശൈലിയാണ്. വാക്കുകളിലൂടെയോ സൂചനകളിലൂടെയോ രക്ഷിതാക്കൾ നൽകുന്ന മാതൃകയും പെരുമാറ്റവും കുട്ടികളുടെ വികാസത്തിൽ നല്ല സ്വാധീനം ചെലുത്തുന്നു.

മേൽപ്പറഞ്ഞ പാരന്റിംഗ് ശൈലികൾ വിവിധ അളവുകളിൽ ചേർത്താണ് മാനവരാശി ഇന്നേവരെ കുട്ടികളെ വളർത്തിപ്പോന്നത്. അത്തരം ചില പാരന്റിംഗ് രീതിളടെപ്രാക്ടീസസ്പരിചയപ്പെടുത്തുകയാണ് ചുവടെ.

**ഹിസ്റ്റോറിക്കൽ ഡെവലപ്മെന്റൽ (ചൈൽഡ് ആസ് അപ്രന്റീസ്) മോഡൽ :** കുട്ടികളിൽ സ്വതന്ത്രമായ കഴിവുകൾ ഉരുത്തിരിഞ്ഞു വരുന്നതിനനുസരിച്ച്, അതാത് പ്രായത്തിൽ കുട്ടികൾക്ക് ഓരോ തരത്തിലുള്ള അവസരങ്ങൾ നൽകുന്നു. കഴിവുകൾ ഓരോന്നും ആർജിക്കുന്നതിനനുസരിച്ച്, പ്രായപൂർത്തിയാവുന്നതോടെ കുട്ടിയിൽ സ്വയം തന്നെ ഒരു മതിപ്പ് വളരുന്നു. രക്ഷിതാക്കളോട് തുടക്കത്തിലുണ്ടായിരുന്ന അതിയായ ആശ്രിതത്വം കുറയുന്നു. മുതിരുമ്പോൾ സ്വീകരിക്കേണ്ട തൊഴിലിന്റെ തെരഞ്ഞെടുപ്പുമായി ബന്ധപ്പെട്ട കൂടുതൽ കഴിവുകൾ കുട്ടി ആർജിച്ചെടുക്കുന്നതിനനുസരിച്ച് കുട്ടിയിലേക്ക് ഒഴുകിവരുന്ന സ്വാതന്ത്ര്യം കൂടിവരുന്നു.

**അറ്റാച്ച്മെന്റ് പാരന്റിംഗ് :** കുട്ടിയിൽ അന്തർലീനമായിരിക്കുന്ന പ്രാഥമികരക്ഷിതാവിനോടുള്ള മനശാസ്ത്രപരവും വൈകാരികവുമായ ബന്ധം ശക്തിപ്പെടുത്തുന്ന രീതി.

**ഹെലികോപ്റ്റർ പാരന്റിംഗ്:** കുട്ടികൾക്ക് സ്വന്തമായി പ്രവർത്തിക്കാനാവാത്ത വിധം ഓരോ കാര്യത്തിലും രക്ഷിതാവ് ഇടപെടുന്നു.

**നാർസിസ്റ്റിക് പാരന്റിംഗ്:** രക്ഷിതാക്കളുടെ ആവശ്യങ്ങൾ മാത്രം പരിഗണിക്കപ്പെടുന്നു. സ്വന്തം സ്വത്വത്തിന്റെ തന്നെ ഒരു കൂട്ടിച്ചേർക്കൽ അല്ലെങ്കിൽ ഒരു എക്സ്റ്റൻഷൻ ആയി കുട്ടികൾ കരുതപ്പെടുന്നു. തന്റെ സ്വപ്നങ്ങൾ പൂർത്തീകരിക്കുകയാണ് കുട്ടിയുടെ കടമ എന്ന് രക്ഷിതാക്കൾ കരുതുന്നു.

**പോസിറ്റീവ്പാരന്റിംഗ് :** കുട്ടിയുടെ ആരോഗ്യപരമായ വികാസത്തിന് വഴികാട്ടുന്നു, പിന്തുണക്കുന്നു.

**സ്ലോ പാരന്റിംഗ് :** കുട്ടികളെ തന്നെ അവരുടെ താൽപര്യങ്ങൾ വികസിപ്പിച്ചെടുക്കാൻ അനുവദിക്കുന്നു.

സ്വന്തമായൊരു വ്യക്തിത്വം വളർത്താൻ അനുവദിക്കുന്നു. കുടുംബത്തോടൊപ്പം കുട്ടി ഒട്ടേറ സമയം ചെലവിടുന്നു. സ്വയം തീരുമാനമെടുക്കാൻ കുട്ടിയെ പ്രേരിപ്പിക്കുന്നു.

**സ്പിരിച്വൽ പാരന്റിംഗ്:** കുട്ടികളുടെ വ്യക്തിത്വത്തെ ബഹുമാനിക്കുന്നു. സ്വന്തം കഴിവുകളിലൂടെയും വ്യക്തിത്വത്തിലൂടെയും അറിയുന്ന വിശ്വാസം തെരഞ്ഞെടുക്കാൻ അനുവദിക്കുന്നു.

**സ്ട്രിക്റ്റ് പാരന്റിംഗ്:** കടുത്ത അച്ചടക്കത്തിൽ ഊന്നിനിന്നുള്ള ശൈലി.

**ടോക്സിക് പാരന്റിംഗ്:** സ്വന്തം വ്യക്തിത്വം തെരഞ്ഞെടുക്കാനുള്ള കുട്ടികളുടെ കഴിവിനെ കെടുത്തിക്കളയുന്ന, ആത്മാഭിമാനം ഇല്ലാതാക്കുന്ന, കുട്ടികളുടെ ആവശ്യങ്ങളെ പരിഗണിക്കാത്ത, പീഡിപ്പിക്കുന്ന ഒരു ബന്ധം.

**അൺകണ്ടീഷണൽ പാരന്റിംഗ്:** വളരെ നിരുപാധികമായി ഗുണപരമായ എല്ലാ കാര്യങ്ങൾക്കും പിന്തുണ നൽകുന്നു.

# ദൗത്യവും സമ്മർദവും

ഒരു കുട്ടിയുടെ ജനനത്തോടനുബന്ധിച്ചാണ് രക്ഷാകർതൃത്വം ആരംഭിക്കുന്നതെന്നാണ് നമ്മിൽ പലരുടെയും ധാരണ. പക്ഷേ ഒരമ്മ ജനനത്തിനു മുമ്പ് തന്നെ കുഞ്ഞിനെ വളർത്താനും പരിചരിക്കാനും ആരംഭിക്കുന്നുണ്ട്. അഞ്ചാം മാസം തൊട്ട് തന്നെ ഗർഭസ്ഥശിശുവിന് ശബ്ദം കേൾക്കാനും മലമൂത്രവിസർജനത്തെ കുറിച്ച് അറിയാനും ഹ്രസ്വകാല ഓർമ ഉണ്ടാവാനും തുടങ്ങുന്നതായി ശാസ്ത്രീയമായ തെളിവുകളുണ്ട്. രക്ഷിതാക്കളുടെ ശബ്ദവുമായി പരിചയിക്കാൻ ഗർഭത്തിലേ കുഞ്ഞിന് ആവുമെന്നും ചില പഠനങ്ങൾ തെളിയിക്കുന്നു. ഏഴാം മാസം മുതൽ തന്നെ കുട്ടിയുടെ ഉറക്കശീലങ്ങൾ പുറത്തുള്ള സാഹചര്യങ്ങളുമായി ബന്ധപ്പെട്ട് നടക്കാൻ തുടങ്ങുന്നു. എന്നാൽ രക്ഷാകർതൃത്വത്തിന്റെ ചുമതലകൾ ശരിക്കും ആരംഭിക്കുന്നത് ഒരു കുഞ്ഞ് ജനിക്കുന്നതോടെയാണ്.

മേൽപ്പറഞ്ഞ പാരന്റിംഗ് ശൈലികളും സിദ്ധാന്തങ്ങളും അറിഞ്ഞിരിക്കുന്നതുകൊണ്ടു മാത്രം ഒരു നല്ല രക്ഷിതാവ് ആവില്ലെന്ന് പ്രത്യേകം പറയേണ്ടതില്ലല്ലോ? ഒരുപാട് ക്ഷമയും കഴിവും ആവശ്യമുള്ള, നിരന്തരം പുതിയ കാര്യങ്ങൾ പഠിച്ചുകൊണ്ടേയിരിക്കേണ്ട ഒരു ജോലി തന്നെയായി നാം അതിനെ കാണണം. കുട്ടികളിൽ ഗുണപരമായ സ്വാധീനങ്ങൾ ചെലുത്തുന്ന ഒരു രക്ഷിതാവായിത്തീരാൻ നാം എങ്ങനെയായിത്തീരണം? ഗവേഷണങ്ങൾ പറയുന്നതിപ്രകാരമണ്: കുടുംബത്തിലും നാട്ടിലും സംഭവിക്കുന്ന കാര്യങ്ങൾ സത്യസന്ധതയോടെ, വ്യക്തതയോടെ പറഞ്ഞുകൊടുക്കുന്നവരും ഉറച്ചനിലപാട് ഉള്ളവരും നല്ലരക്ഷിതാക്കളായിത്തീരും. കുട്ടികൾക്ക് ഒരു ഘടന ആവശ്യമാണ്, അതിനാൽ രക്ഷിതാക്കൾക്കും കൃത്യനിഷ്ഠയും ചിട്ടയും വേണം. ഉള്ള അവസരങ്ങൾ ഉപയോഗിക്കുന്ന, ഇല്ലാത്തതിനെ പറ്റി

വേവലാതിപ്പെടാത്ത, സമൂഹത്തിന്റെ കാര്യങ്ങളിൽ ഉത്സുകരായവർ നല്ല രക്ഷിതാക്കളാവാനുള്ള സാധ്യത കൂടുതലാണ്. കുട്ടികളുടെ ചെറുപ്പത്തിലേയുള്ള വികാസങ്ങളിൽ, പഠനത്തിൽ അവർ താല്പര്യമുള്ളവരായിരിക്കും. കുട്ടികളുമായി അവർ തുറന്ന് സംവദിക്കും. കുട്ടികൾ എന്താണ് പഠിച്ചുകൊണ്ടിരിക്കുന്നതെന്നും ചെയ്യുന്നതെന്നും അവ എങ്ങനെയാണ് അവരെ സ്വാധീനിക്കുന്നതെന്നും നിരീക്ഷിച്ചുകൊണ്ടിരിക്കുന്നവർ നല്ല രക്ഷിതാക്കളാണ്.

സ്വന്തം തൊഴിലിനെയോ താല്പര്യങ്ങളെ ഹനിച്ചുപോലും പലപ്പോഴും ഒരുപാട് സമയം കുഞ്ഞിനെയോപ്പം ചെലവിടുന്നതും ഏറ്റവും കൂടുതൽ ഒരു കുഞ്ഞിനെ ശുശ്രൂഷിക്കുന്നതും അമമയാണ്. ജോലിക്ക് പോകുന്ന അമ്മമാരാണെങ്കിൽ പോലും അവരാണ് കുഞ്ഞിനൊപ്പം കൂടതൽ സമയം ചെലവിടുന്നത്. എന്നാൽ മുമ്പ് കാലങ്ങളിൽ ഉപജീവനം തേടുക മാത്രം ചെയ്തിരുന്ന പിതാക്കളും ഇന്ന് കൂടുതലായി കുഞ്ഞുങ്ങൾക്കൊപ്പം സമയം ചെലവിടുന്നുണ്ട്. പാചകം, വൃത്തിയാക്കൽ, കുട്ടികളെ നോക്കൽ തുടങ്ങിയ കാര്യങ്ങളായിരുന്ന അമ്മമാരുടെ ചുമതലയിൽ. ഇന്ന് അത്തരം കാര്യങ്ങളൊക്കെ ഏറെക്കുറെ മാറി, അച്ഛൻമാരും കൂടുതലായി അത്തരം കാര്യങ്ങൾ ചെയ്യാൻ തുടങ്ങിയിരിക്കുന്നു. കുളിപ്പിക്കൽ, വസ്ത്രം ധരിപ്പിക്കൽ, ഭക്ഷണം കൊടുക്കൽ, മൂത്രത്തുണി മാറ്റൽ, കരച്ചിൽ മാറ്റൽ തുടങ്ങിയ കാര്യങ്ങൾ പിതാക്കളും ഇന്ന് ചെയ്യുന്നുണ്ട്.

അമേരിക്കൻ ഫെമിനിസ്റ്റും സോഷ്യോളജിസ്റ്റുമായ ആലിസ് റോസി രക്ഷാകർതൃത്വവുമായി ബന്ധപ്പെട്ട് അഞ്ച് സമ്മർദ്ദങ്ങളെ എണ്ണിയിട്ടുണ്ട്:

മറ്റുള്ള റോളുകളിൽ, തൊഴിലിൽ നിന്ന് ഇഷ്ടപ്പെട്ടില്ലെങ്കിൽ നിങ്ങൾക്ക് മാറി നിൽക്കാം. ഒരു കുഞ്ഞ് ജനിക്കുന്നതോടെ രക്ഷാകർതൃത്വം എന്ന റോളിൽ നിന്ന് നിങ്ങൾക്ക് ഒഴിഞ്ഞുമാറാൻ കഴിയില്ല.

നിങ്ങളുടെ ശ്രദ്ധ നിരന്തരം ആവശ്യപ്പെടുന്ന ഒരു കുഞ്ഞ് നിങ്ങളുടെ കയ്യിലെത്തുന്നത് വരെ കുഞ്ഞിനെ വളർത്തുന്നത് പരിശീലിക്കാൻ ഒരു അവസരവും നിങ്ങൾക്കുണ്ടായിരുന്നില്ല.

നിങ്ങളുടെ ഭാവനയ്ക്കും പ്രതീക്ഷയ്ക്കുമൊത്ത് കുട്ടി ആവാതിരിക്കുമ്പോൾ നിങ്ങൾക്ക് നിരാശയും കോപവും ഉണ്ടാവുന്നു.

ഒരു കുഞ്ഞ് ജനിക്കുന്ന നിമിഷം തൊട്ടുതന്നെ രക്ഷിതാവ് എന്ന

നിലക്കുള്ള നിങ്ങളുടെ ബാധ്യത തുടങ്ങുന്നു.

ഒരു വ്യക്തി രക്ഷിതാവ് ആവുന്നതോടെ സമൂഹത്തിലെയും കുടുംബത്തിലെയും തൊഴിലിലെയും അയാളുടെ മറ്റു റോളുകളുമായി സംഘർഷം ആരംഭിക്കുന്നു. ഈ സംഘർഷങ്ങളെ അനാരോഗ്യപരമായി നേരിടുന്നത് അയാളിൽ കൂടുതൽ സമ്മർദങ്ങൾ ഉണ്ടാക്കുന്നു.

കുഞ്ഞിന്റെ വരവോടെ പുതിയ രക്ഷിതാക്കളുടെ സ്വത്വത്തിലും ആന്തരികജീവിതത്തിലും ഒരുപാട് മാറ്റങ്ങൾ വരുന്നു, മുൻഗണനകളും വ്യക്തിഗതമൂല്യങ്ങളും മാറുന്നു. സ്വന്തത്തെകുറിച്ച് മാത്രമല്ല ഇപ്പോൾ അവരുടെ ചിന്ത. ചുമതലകളും ദൗത്യങ്ങളും എങ്ങനെ, ആര്,എപ്പോൾ വഹിക്കുമെന്നതിനെ ചുറ്റിപ്പറ്റി കൂടിയായിരിക്കും വൈവാഹികജീവിതത്തിലെ ബന്ധത്തിലും റോളിലും മാറ്റം വരുന്നു. കുട്ടിയെ വളർത്താൻ കഠിനാധ്വാനത്തിൽ ഏർപ്പെടുമ്പോൾ വൈവാഹികജീവിതത്തിന്റെ രസം അൽപം കുറയുമെന്ന് പറയേണ്ടതില്ലല്ലോ? സ്വന്തം രക്ഷിതാക്കളുമായുള്ള ബന്ധങ്ങളിൽ, അത്തരം ബന്ധങ്ങളെകുറിച്ചുള്ള കാഴ്ചപ്പാടുകളിൽ മാറ്റം വരും. ജോലിസ്ഥലത്തോ സൗഹൃങ്ങളിലോ ഉള്ള ബന്ധങ്ങളേക്കാൾ പ്രാധാന്യം കുഞ്ഞിന് വരുന്നു. ചുരുക്കിപ്പറഞ്ഞാൽ ഒരാളുടെ മുഴുവൻ സാമൂഹ്യബന്ധങ്ങളിലും കുഞ്ഞിന്റെ വരവോടെ മാറ്റങ്ങൾ വരുന്നു. മറ്റുബന്ധങ്ങളും കെട്ടുപാടുകളുമൊക്കെ മാറ്റിവെക്കപ്പെടാവുന്ന സംഗതികളായി മാറുന്നു.

# ജനനം മുതൽ കൗമാരം വരെ

ജനിച്ചയുടനെ കുഞ്ഞിന്റെ അടിസ്ഥാന ആവശ്യങ്ങൾ ഭക്ഷണം, ഉറക്കം, സ്വസ്ഥത, ശുചിത്വം എന്നിവയാണ്. ശിശു ആശയ വിനിമയം ചെയ്യുന്നത് കരച്ചിലിലൂടെ മാത്രമാണ്. ശ്രദ്ധയുള്ള ഒരമ്മക്ക് കുഞ്ഞിന്റെ വിശപ്പ്, അസ്വസ്ഥത, ഏകാന്തത, മടുപ്പ് എന്നിവ കരച്ചിലിന്റെ വ്യത്യാസത്തിൽ നിന്ന് മനസ്സിലാക്കാനാവും. നവജാതശിശുക്കൾക്കും കുഞ്ഞുങ്ങൾക്കും ഏതാനും മണിക്കൂറുകൾ ഇടവിട്ട് മുലയൂട്ടണം. അത് രക്ഷിതാക്കളുടെ ഉറക്കത്തിന്റെ ക്രമം തന്നെ തെറ്റിക്കും. വേദനിപ്പിക്കാതെ തലോടുന്നതിനോടും തടവുന്നതിനോടും അണച്ചുപിടിക്കുന്നതിനോടും കുഞ്ഞുങ്ങൾ താല്പര്യത്തോടെ പ്രതികരിക്കും. ഇളംചൂടുള്ള വെള്ളത്തിലെ കുളിയും എണ്ണയിട്ടോ അല്ലാതെയോ തടവുന്നതും മുന്നോട്ടും പിന്നോട്ടും ആട്ടുന്നതും ഒരു കുഞ്ഞിന്റെ കരച്ചിൽ നിർത്താൻ സഹായിക്കും. തന്റെ തന്നെ വിരലുകൾ വലിച്ചുകുടിച്ച് ചിലപ്പോൾ അത് ആശ്വാസം തേടും. ഇങ്ങനെ വലിച്ചുകുടിക്കുന്നതാണ് അതിന്റെ ഭക്ഷണരീതി. മുലകുടിയാണ് കുഞ്ഞുങ്ങൾക്കുള്ള പ്രധാനഭക്ഷണമെന്ന് ലോകത്തെ പ്രധാനപ്പെട്ട ആരോഗ്യസംഘടനകളെല്ലാം ചൂണ്ടിക്കാട്ടിയിട്ടുണ്ട്. മുലകുടി അസാധ്യമെങ്കിൽ മുലക്കുപ്പിയാണ് പിന്നെ അടുത്ത പരിഹാരം.

ഈ സമയത്ത് കുട്ടി രൂപപ്പെടുത്തുന്ന അടുപ്പമാണ് ജീവിതകാലം മുഴുക്കെ കുട്ടി രൂപപ്പെടുത്തുന്ന ബന്ധങ്ങളുടെ അടിസ്ഥാനം. ഈ അടുപ്പം സ്നേഹമോ വാത്സല്യമോ അല്ല. പക്ഷേ അവ പരസ്പരം ബന്ധപ്പെട്ടുനിൽക്കുന്നു. അടുപ്പം വളരെ പെട്ടെന്ന് തന്നെ ഒരു കുട്ടിയിലുണ്ടാവേണ്ടതാണ്. ഈ കാര്യത്തിൽ എന്തെങ്കിലും കുറവ് കാണപ്പെടുന്നുണ്ടെങ്കിൽ കുട്ടിയുടെ വൈകാരികവളർച്ചക്ക് അത് വലിയ പ്രശ്നമുണ്ടാക്കും. ശരീരത്തിൽ ഒരുതരത്തിലും ഇതിന്റെ

ലക്ഷണങ്ങളോ സൂചനകളോ പ്രകടമാവില്ലെന്ന് പറയേണ്ടതില്ല ല്ലോ? ഭദ്രമായ അടുപ്പം കുഞ്ഞുനാളിലേ രൂപപ്പെടുന്ന കുട്ടികൾക്ക് നല്ല വ്യക്തിബന്ധങ്ങളിൽ ഏർപ്പെടാനും ആത്മവിശ്വാസത്തോടെ തന്റെ ആശയങ്ങൾ പ്രകടിപ്പിക്കാനും കഴിയും. വൈകാരികതയില്ലാത്ത അശ്രദ്ധയോടെയുള്ള പെരുമാറ്റം രക്ഷിതാക്കളിൽ നിന്നുണ്ടാവുന്ന കുട്ടികൾക്ക് ഒരുപാട് സ്വഭാവവൈകല്യങ്ങൾ ഉണ്ടാവും. അതിയായ മാനസിക സമ്മർദവും മേലധികാരികളെ അനുസരിക്കാതിരിക്കുന്ന സ്വഭാവവും ഇത്തരക്കാരിൽ കണ്ടുവരുന്നു.

നടക്കാൻ പഠിച്ചകുട്ടികൾ നവജാതശിശുക്കളേക്കാൾ അൽപംകൂടി സജീവമാണ്. ചെറിയ കാര്യങ്ങൾ സ്വയം തന്നെ ചെയ്യാൻ അവർ പഠിക്കുന്നു. ഈ പ്രായത്തിലാണ് മാതാപിതാക്കൾ കുട്ടികൾക്കു വേണ്ടി ചെയ്യുന്ന കാര്യങ്ങൾ, എങ്ങിനെ സ്വയം ചെയ്യാൻ കഴിയു കയെന്ന് മാതാപിതാക്കൾ കുട്ടികൾക്ക് കാണിച്ചുകൊടുക്കുന്നത്. പലപ്പോഴും കുട്ടി മാതാപിതാക്കളെ അനുകരിക്കാൻ ശ്രമിക്കുന്നു. സംസാരിക്കാനും പദസമ്പത്ത് വർധിപ്പിക്കാനും അവരുടെ വികാ രങ്ങൾ കൈകാര്യം ചെയ്യാനും ഈ പ്രായത്തിൽ രക്ഷിതാക്കളുടെ സഹായം ആവശ്യമുണ്ട്. വിനയത്തോടെ പെരുമാറുക, മറ്റുള്ളവരുടെ മുൻഗണനയെ മാനിക്കുക തുടങ്ങിയ സാമൂഹികമര്യാദകൾ മനസ്സി ലാക്കാൻ തുടങ്ങുന്നത് ഈ പ്രായത്തിലാണ്. ഈപ്രായത്തിലുള്ളവർ അവർക്കുചുറ്റുമുള്ള ലോകത്തെകുറിച്ച് വളരെയധികംജിജ്ഞാസു ക്കളാണ്. അവരുടേതായ ലോകത്ത് കൊച്ചുകൊച്ചു പര്യടനങ്ങൾ നടത്താൻ അവർ ആരംഭിക്കുന്നു. കൂടുതൽ ഉത്തരവാദിത്തങ്ങളും സ്വാ തന്ത്ര്യവും അവർ ആഗ്രഹിക്കുന്നു. തങ്ങളുദ്ദേശിക്കാത്ത രീതിയിൽ കാര്യങ്ങൾ പോവുമ്പോൾ അവർക്ക് ദേഷ്യം വരുന്നു. കുട്ടി ശാഠ്യം പിടിക്കാൻ ആരംഭിക്കുന്നത് ഈ പ്രായത്തിലാണ്. ഒരു പ്രത്യേക സാഹചര്യം കുട്ടിക്ക് ഇഷ്ടപ്പെടാത്തതോ ശരിക്ക് ആശയവിനിമയം നടത്താൻ കുട്ടിക്ക് സാധിക്കാത്തതോ ഇതിന് ഒരു കാരണമാണ്. ഭക്ഷണം കഴിക്കുന്നതിന് മുമ്പ് കൈ കഴുകുക, ഉറങ്ങുന്നതിന് മുമ്പ് പല്ലുതേക്കുക തുടങ്ങിയ അടിസ്ഥാനപരമായ ദൈനംദിനചിട്ടകൾ ഈ പ്രായത്തിലാണ് രക്ഷിതാക്കൾ കുട്ടികൾക്ക് ശീലിപ്പിക്കേണ്ടത്. കുട്ടിക്ക് പെട്ടെന്ന് തന്നെ വെറുപ്പും മടുപ്പും വരുന്നത് സ്വാഭാവികമാണ്. അവരുടെ വളർച്ചയിലെ പ്രധാനപ്പെട്ട ഒരുഘട്ടമാണിത്. തെറ്റിച്ചും തിരുത്തിയുമാണ് അവർ ശീലങ്ങളിലൂടെ കാര്യങ്ങൾ പഠിക്കുന്നത്. ഒരു കാര്യം ചെയ്ത് പരാജയപ്പെടുമ്പോൾ മടുക്കുകയും വെറുക്കുകയും ചെയ്താലേ അടുത്തഘട്ടത്തിൽ അവർ കടക്കൂ. അതിനാൽ അത് സ്വാഭാവികമായി കാണണം. അവർക്ക് മടുത്തുവെറുക്കുമ്പോൾ

അലറിക്കരയുകയും കടിക്കുകയും അടിക്കുകയും ചെയ്യും. അത്തരം സാഹചര്യങ്ങളോട് രക്ഷിതാക്കൾ വളരെ ശ്രദ്ധയോടെയാണ് പ്രതികരിക്കേണ്ടത്. ഭീഷണിപ്പെടുത്തുകയോ ശിക്ഷിക്കുകയോ ചെയ്യുന്നത് കാര്യങ്ങൾ ഒന്നുകൂടി വഷളാക്കുകയേ ചെയ്യൂ.

അൽപം കൂടി മുതിർന്ന് ബാലികാ ബാലൻമാർ ആകുന്നതോടെ കുട്ടികൾ കൂടുതൽ സ്വതന്ത്രരാവുകയും സൗഹൃദങ്ങൾ ഉണ്ടാക്കാൻ ആരംഭിക്കുകയും ചെയ്യും. ചിന്തിക്കാനും തീരുമാനം എടുക്കാനും അവർക്ക് കഴിയും. സ്ഥിരമായി അവരുടെ കാര്യങ്ങളിൽ നല്ല ശ്രദ്ധവേണം. മടുപ്പ് ഒഴിവാക്കാൻ എന്താണ് ചെയ്യേണ്ടതെന്ന് അവർക്കറിയാം. ഒറ്റയ്ക്ക് കളിക്കാൻ അവർക്ക് കഴിയും. മറ്റുള്ളവരെ സഹായിക്കുന്നതിൽ, ഉപകാരം ചെയ്യുന്നതിൽ, കഴിവുള്ളവരായി തെളിയിക്കുന്നതിൽ അവർക്ക് താൽപര്യമുണ്ടാവും. കൂട്ടായ്മകളിൽ പങ്കെടുപ്പിച്ചും ശരിയായവിധത്തിലുള്ള സാമൂഹ്യപെരുമാറ്റങ്ങൾ കാണിച്ചും മാതാപിതാക്കൾ മാതൃക കാട്ടിക്കൊടുക്കേണ്ട സമയമാണിത്. കളികളിൽ പങ്കെടുത്തും വീട്ടുജോലികളിൽ സഹായിച്ചുമാണ് ഈ പ്രായത്തിൽ കുട്ടി പലതും പഠിക്കുന്നത്. കുട്ടികളെ നിരീക്ഷിച്ചും കളികളിൽ പങ്കെടുത്തും അവരുടെ ജീവിതത്തെ കുറിച്ച് രക്ഷിതാക്കൾ ധാരണയുണ്ടാക്കണം. എന്നാലെ ആരോഗ്യം, വൃത്തി, ഭക്ഷണമര്യാദകൾ തുടങ്ങിയ കാര്യങ്ങളിൽ ചെറിയവിധത്തിലുള്ള ഉപദേശങ്ങൾ നൽകി അവരെ നയിക്കാൻ സാധിക്കൂ. കുട്ടികളുടെ വിദ്യാഭ്യാസത്തെകുറിച്ച് തീരുമാനമെടുക്കേണ്ട പ്രായവും ഇതാണ്. ചില രക്ഷിതാക്കൾ കുട്ടികൾക്ക് സംഘടിത പ്രവർത്തനങ്ങൾ സംഘടിപ്പിക്കുന്നതിൽ വളരെ ഉത്സുകരായിരിക്കും. കുട്ടികൾ സ്വയം തന്നെ അത്തരം കാര്യങ്ങൾ കണ്ടെത്തട്ടെ എന്ന നിലപാടാണ് വേറൊരു കൂട്ടം രക്ഷിതാക്കൾക്ക്.

ഓരോ പ്രവൃത്തിയുടെയും പ്രത്യാഘാതങ്ങൾ ഇന്നതാണെന്ന് കുട്ടികൾ മനസ്സിലാക്കുന്നതും അങ്ങനെ ഉത്തരവാദിത്തം ശീലിക്കുന്നതും ഈ പ്രായത്തിലാണ്. ചില രക്ഷിതാക്കൾ ചെറിയ അളവിൽ പോക്കറ്റ്മണി നൽകിത്തുടങ്ങുന്നു. പ്രായത്തിനനുസരിച്ച് ഇത് ഏറ്റാം. പണത്തിന്റെ മൂല്യവും ഉത്തരവാദിത്തത്തോടെ എങ്ങനെ ചെലവഴിക്കാം എന്നും കുട്ടിപഠിക്കുന്നു. നീതിയോടെയും ഉറപ്പോടെയും അച്ചടക്കം നടപ്പിൽ വരുത്തുന്ന, തുറന്നു സംസാരിക്കുന്ന, കുട്ടികൾക്ക് കാര്യങ്ങൾ വിശദീകരിച്ചുകൊടുക്കുന്ന, അവരുടെ ആവശ്യങ്ങൾ പരിഗണിക്കുന്ന രക്ഷിതാക്കൾക്ക് കുട്ടികൾ വളരുന്നതനുസരിച്ച് കുറച്ചു പ്രശ്നങ്ങളേ നേരിടേണ്ടിവരുന്നുള്ളൂ.

# സൂക്ഷിച്ചാൽ കൗമാരം അപകടകരമല്ല

കുട്ടികൾ വ്യക്തിത്വം രൂപീകരിക്കാൻ തുടങ്ങുന്ന കാലമാണ് കൗമാരം. മുതിരുമ്പോൾ അവരായിത്തീരണമെന്ന് അവരാഗ്രഹിക്കുന്ന തൊഴിൽപരവും സാമൂഹ്യപരവുമായ റോളുകൾ വികസിപ്പിക്കുകയും പരീക്ഷിച്ചുനോക്കുകയും ചെയ്യുന്നകാലം. പ്രായപൂർത്തിയായവരായി തന്നെ മുതിർന്നവർ ഏകദേശം അവരെ കാണേണ്ടതുണ്ട്. പെരുമാറ്റത്തിന്റെ കാര്യത്തിൽ കുടുംബത്തിനു പുറത്തുള്ള സമപ്രായക്കാരെയും മറ്റുമുതിർന്നവരെയും റോൾമോഡലുകൾക്കും മാതൃകക്കും വേണ്ടി അന്വേഷിച്ചുകൊണ്ടിരിക്കുമെങ്കിൽ പോലും ഈ പ്രായത്തിലും രക്ഷിതാക്കളുടെ സ്വാധീനം തുടരും.

സ്വയം മതിപ്പില്ലാത്ത, ആത്മവിശ്വാസമില്ലാത്ത ഒരു ടീനേജർ ഗാംഗുകളുമായി കറങ്ങാൻ തുടങ്ങും. കുട്ടി ആൾക്കൂട്ടത്തെ പിന്തുടരാൻ ആരംഭിക്കുന്നു. സമപ്രായക്കാരുടെ സമ്മർദങ്ങളിലും പ്രലോഭനങ്ങളിലും പെടുന്നു. പഠനത്തിൽ ഉഴപ്പുന്നു. കുറച്ചു സുഹൃത്തുക്കളേ ഉണ്ടാവൂ. വീട്ടിലെ മേൽനോട്ടം കുറയും. രക്ഷിതാക്കളുമായി അകലും. കുട്ടിയിൽ നിന്ന് തങ്ങൾ ഒറ്റപ്പെട്ടതായി രക്ഷിതാക്കൾക്കും തോന്നും. പക്ഷേ എന്നിരുന്നാലും കുട്ടികളുടെ ഏർപ്പാടുകൾ എന്തെന്ന് രക്ഷിതാക്കൾ അറിഞ്ഞേ തീരൂ. ഉപദേശങ്ങളും മാർഗനിർദേശവും നൽകിക്കൊണ്ടേയിരിക്കണം. കൗമാരം ഒട്ടേറെ അപകടസാധ്യതയുള്ള കാലമാണ്.

ജീവിതം തങ്ങൾക്കുനേരെ വച്ചുനീട്ടുന്ന അവസരങ്ങളെ തുറക്കാനോ പൂട്ടാനോ, പുതുതായി കിട്ടുന്ന സ്വാതന്ത്ര്യത്തെ അവർ ഉപയോഗപ്പെടുത്തിയെന്നുവരാം. ചെറുതായിരുന്നപ്പോൾ തങ്ങൾക്കില്ലാതിരുന്ന

സ്വാതന്ത്ര്യം കിട്ടുന്നതോടെ റിബലുകളായിത്തീർന്ന കുട്ടികളെയാണ് ഈ ഘട്ടത്തിൽ രക്ഷിതാക്കൾക്ക് നേരിടേണ്ടി വരുന്നത്.

പരസ്പരവിശ്വാസത്തിലധിഷ്ഠിതമായ ഒരു ബന്ധം അവരുമായി വളർത്തിയെടുത്താലേ ഇതൊഴിവാക്കാൻ കഴിയൂ. അവരുമായി കളിയിലും തമാശയിലുമേർപ്പെട്ട്, അവർക്ക് നൽകിയ വാഗ്ദാനങ്ങൾ പാലിച്ച്, അവർ മുമ്പ് വരുത്തിയ തെറ്റുകുറ്റങ്ങൾ വീണ്ടും വീണ്ടും പറഞ്ഞ് മുഷിപ്പിക്കാതെ, അവരോട് സംസാരിച്ചും അവർ പറയുന്നത് കേട്ടുമാണ് അത്തരത്തിലുള്ള ഒരു ബന്ധം ഉണ്ടാക്കാൻ കഴിയുക. നിങ്ങളുടെ തീപ്പിടിച്ച തിരക്കുകൾ അതിനൊരു തടസ്സമായിക്കൂടാ. അങ്ങനെയുള്ള ഒരു ബന്ധം അവരുമായി ഉണ്ടെങ്കിൽ, സമപ്രായ ക്കാരിൽ നിന്നുള്ള ഗുണപരമല്ലാത്ത സ്വാധീനങ്ങളെക്കുറിച്ച് നിങ്ങ ളുമായി ചർച്ച ചെയ്യാൻ അവർക്ക് കഴിയും. അത്തരം സ്വാധീനങ്ങൾ പ്രതിരോധിക്കുന്ന വിധത്തിൽ ശക്തമായ ഒരു ധാർമിക അടിത്തറ ഉണ്ടാക്കാൻ ഒരു പക്ഷേ നിങ്ങൾക്ക് കഴിഞ്ഞേക്കും. അവരുടെ അഭിമാനബോധത്തെ, ആത്മവിശ്വാസത്തെ വളർത്തിക്കൊ ണ്ടേയിരിക്കണം. കുട്ടികളുടെ തെറ്റുകളിൽ കേന്ദ്രീകരിക്കുന്നതിനു പകരം നല്ല ഗുണങ്ങളെ പുകഴ്ത്തിക്കൊണ്ടേയിരിക്കണം. സ്വയമൊരു മതിപ്പ്, അല്ലെങ്കിൽ ആത്മവിശ്വാസം അവരിൽ വളർത്താൻ അത് സഹായിക്കും. സമപ്രായക്കാരുടെ സ്വീകാര്യത നേടാനുള്ള സമ്മർ ദങ്ങളിൽ നിന്ന് ഇതവരെ രക്ഷിക്കും. അവരുടെ പ്രയത്നത്തെ അംഗീകരിക്കുക, അതിന്റെ ഗുണഫലം അല്ലെങ്കിൽ ഫൈനൽ റിസൾട്ടിനെ കുറിച്ചുള്ള കാര്യം വിട്ടേക്കുക. അവരുടെ പ്രയത്നത്തെ നിങ്ങൾ അംഗീകരിക്കുന്നതായി അവർ മനസ്സിലാക്കുന്നുണ്ടെങ്കിൽ അവരത് തുടർന്നുകൊണ്ടേയിരിക്കും. പിന്നെ, കുട്ടിയുടെ മോശം പെരുമാറ്റത്തെയാണ് കുറ്റപ്പെടുത്തേണ്ടത്, കുട്ടിയെയല്ല. കുട്ടിയെ വിമർശിക്കുന്നുണ്ടെങ്കിൽ അവർ സമപ്രായക്കാരുടെ അംഗീകാരം കിട്ടാനായി എന്തും ചെയ്യും. കുട്ടിക്ക് പതിനെട്ട് തികയുന്നതോടെ നിങ്ങളുടെ ഉത്തരവാദിത്തം അവസാനിക്കുന്നില്ല. അൽപം കൂടി മുതിരുന്നതുവരെ, നല്ല നിലക്കാണെങ്കിൽ ജീവിതാന്ത്യം വരെയും നിങ്ങൾക്ക് അവരുടെ രക്ഷിതാവാവാം.

# നല്ല രക്ഷിതാവാവാൻ

സന്തോഷമുള്ള, ആരോഗ്യമുള്ള ഒരു കുഞ്ഞിനെ വളർത്തുകയയെന്നത് ലോകത്തെ ഏറ്റവും കട്ടപ്പമേറിയ എന്നാൽ ഏറ്റവും സംതൃപ്തി നൽകുന്ന ജോലികളിലൊന്നാണ്. അതേ സമയം അത്ര ഗൗരവത്തോടെ ആ ജോലിയെ നാം സമീപിക്കുന്നുണ്ടോ? അപ്പപ്പോൾ തോന്നുന്ന സംഗതികൾ, അല്ലെങ്കിൽ നമ്മുടെ രക്ഷിതാക്കൾ ഇതേവിധത്തിൽ നമ്മിൽ പരീക്ഷിച്ച സംഗതികൾ, അവ ഗുണമോ ദോഷമോ എന്നു പരിശോധിക്കാതെ നാം സ്വീകരിക്കുന്നു. എന്നാൽ സാമൂഹ്യശാസ്ത്രമേഖലയിൽ തന്നെ ഏറ്റവും കൂടുതൽ ഗവേഷണം നടന്ന മേഖലകളിൽ ഒന്നാണ് രക്ഷാകർതൃത്വം. അമിതവണ്ണം മുതൽ മോശം പെരുമാറ്റം വരെയുള്ള കാര്യങ്ങളിൽ നിങ്ങളെ സഹായിക്കാൻ വിദഗ്ധരുടെ പഠനങ്ങൾക്കാവും.

ലോറൻസ് സ്റ്റീൻബർഗിന്റെ നല്ല രക്ഷാകർതൃത്വത്തിനായുള്ള പത്ത് അടിസ്ഥാന തത്വങ്ങൾ ടെൻ ബേസിക് പ്രിൻസിപ്പിൾസ് ഓഫ് ഗുഡ് പേരന്റിംഗ് എന്ന പുസ്തകം 75 വർഷത്തെ സാമൂഹ്യശാസ്ത്രഗവേഷണത്തിൽ നിന്ന് ഉരുത്തിരിഞ്ഞുവന്ന കാര്യങ്ങൾ ക്രോഡീകരിച്ചതാണ്:

രക്ഷിതാക്കളുടെ ഓരോ ചെയ്തിയും പ്രധാനമാണ്. നിങ്ങൾ ചെയ്യുന്നതെന്തോ കുട്ടി അത് പഠിക്കുന്നു. ആരോഗ്യശീലങ്ങളായാലും മറ്റുള്ളവരോടുള്ള പെരുമാറ്റമായാലും. 'നിമിഷത്തള്ളിച്ച്'കാരണം ഒരു സംഗതിയോടും പ്രതികരിക്കരുത്. ജീവിതത്തിൽ എന്താണ് നിങ്ങൾ നേടേണ്ടതെന്ന്, അന്തിമഫലം എന്തായിരിക്കണമെന്ന് ഇരുന്നാലോചിച്ചശേഷം ഓരോ കാര്യവും ചെയ്യുക.

കുട്ടി വഷളായിപ്പോയി എന്നതിനുള്ള കാരണമായി സാധാരണ യായി സ്നേഹത്തെയാണ് കുറ്റപ്പെടുത്തുക. സ്നേഹം കൊണ്ട് ഒരു കുട്ടിയും വഷളാവില്ല. യഥാർഥത്തിൽ പ്രതി സ്നേഹമല്ല. തെറ്റിനെ അവഗണിക്കുകയോശിക്ഷിക്കാതിരിക്കുകയോ ചെയ്യുക, കുട്ടികളെ കുറിച്ച് കുറഞ്ഞ പ്രതീക്ഷ മാത്രം പുലർത്തുക, ഭൗതികവസ്തുക്കൾ കുട്ടികൾക്ക് വേണ്ടതിലധികം ശേഖരിച്ചുകൊടുക്കുക തുടങ്ങിയ കാര്യങ്ങളെ നിങ്ങൾ സ്നേഹമായി തെറ്റിദ്ധരിച്ചു എന്നതാണ് അതിന് കാരണം.

കുട്ടികളുടെ ജീവിതത്തിൽ ഇടപെടുക. അതിന് ഒരുപാട് സമയവും കഠിനാധ്വാനവും വേണം. നിങ്ങളുടെ മുൻഗണനകളെ മാറ്റിവെക്കുക, അല്ലെങ്കിൽ അതേപറ്റി പുനശ്ചിന്ത നടത്തുക എന്നതാണ് അതിന്റെ അർഥം. നിങ്ങൾ ചെയ്യാനാഗ്രഹിക്കുന്ന കാര്യങ്ങളെ ത്യജിച്ച്, കുട്ടിക്ക് എന്താണ് വേണ്ടത് എന്ന രീതിയിൽ ചിന്തിക്കണം. ശാരീരികമായും മാനസികമായും നിങ്ങൾ കുട്ടിയുടെ സമീപത്തുണ്ടാവണം. കുട്ടിക്ക് ഗൃഹപാഠം ചെയ്തുകൊടുക്കുകയോ അല്ലെങ്കിൽ തിരുത്തിക്കൊടുക്കുകയോ അല്ല വേണ്ടത്. കുട്ടി പഠിക്കുന്നുണ്ടോ അല്ലയോ എന്നുള്ള കാര്യം അധ്യാപകർക്ക് തിരിച്ചറിയാനുള്ളതാണ് ഹോംവർക്ക്. നിങ്ങൾ തന്നെ ഹോംവർക്ക് ചെയ്യുമ്പോൾ അധ്യാപകർക്ക് കുട്ടിയുടെ പുരോഗതി അറിയാനുള്ള അവസരം നഷ്ടപ്പെടുന്നു.

കുട്ടിക്ക് പറ്റുന്ന രീതിയിൽ നിങ്ങളുടെ പാരന്റിംഗ് ശൈലിയെ മാറ്റുക. കുട്ടിയുടെ വളർച്ചയുടെ ഓരോ ഘട്ടവും നിരീക്ഷിച്ച് മനസ്സിലാക്കുക. ഓരോ പ്രായവും കുട്ടിയുടെപെരുമാറ്റത്തെ എങ്ങനെ ബാധിക്കുന്നു എന്ന് കണക്കിലെടുക്കുക. മൂന്നു വയസ്സുള്ള കുട്ടി ഏതു കാര്യത്തോടും 'നോ' എന്ന് പ്രതികരിക്കുന്നുവെങ്കിൽ, അല്ലെങ്കിൽ ഏതുകാര്യത്തോടും നിഷേധാത്മകമായി മറുപടി പറയുന്നുണ്ടെങ്കിൽ ഭയപ്പേടേണ്ട. അതേ ചോദനയാണ് സ്വാതന്ത്ര്യം നേടാനും ടോയ്‌ലറ്റിൽ പോകാനുള്ള പരിശീലനം നേടാനും പ്രേരിപ്പിക്കുന്നത്. ഇതേ ബൗദ്ധികവളർച്ച തന്നെയാണ് ഒരു പതിമൂന്നാം വയസ്സുകാരനെ ക്ലാസ്റൂമിൽ ജിജ്ഞാസുവും സംശയാലുവുമാക്കുന്നതും തീന്മേശയിൽ വെച്ച് തർക്കിക്കാൻ പ്രേരിപ്പിക്കുന്നതും.

നിയമങ്ങളും ചട്ടങ്ങളും നടപ്പിൽ വരുത്തുക. കുട്ടികളുടെ പെരുമാറ്റം ചെറുപ്പത്തിൽ തന്നെ നിയന്ത്രിച്ചുനിർത്തുക. അല്ലെങ്കിൽ സ്വയം നിയന്ത്രിച്ചുനിർത്തുന്ന കാര്യം പ്രായമേറുന്തോറും കുട്ടിക്ക് ബുദ്ധിമുട്ടാവും. രാത്രിയോ പകലോ ആയിക്കോട്ടെ മൂന്നു ചോദ്യങ്ങൾക്ക്

എപ്പോഴും നിങ്ങൾക്ക് ഉത്തരമുണ്ടായിരിക്കണം: **എവിടെയാണെന്റെ കുട്ടി ? ആരുടെ കൂടെയാണ്? എന്താണ്ചെയ്യുന്നത്?** എന്നിവയാണ് ആ ചോദ്യങ്ങൾ. നിങ്ങളിൽ നിന്ന് പഠിച്ച ചിട്ടകളും ചട്ടങ്ങളുമാണ്, അവരുടെ വ്യക്തിത്വത്തെ രൂപപ്പെടുത്താൻ അവർ തന്നെ രൂപപ്പെടുത്തുന്ന ചട്ടങ്ങളായി മാറുന്നത്. പക്ഷേ കുട്ടികളെ ഒരിക്കലും മൈക്രോമാനേജ് ചെയ്യരുത്. അവർ ഒരു മിഡിൽ സ്കൂൾ പ്രായത്തിലെത്തുന്നതോടെ അവർ തന്നെ അവരുടെ കാര്യങ്ങൾ ഏറെക്കുറെ തീരുമാനിക്കട്ടെ. നിങ്ങളുടെ ഇടപെടലുകൾ കുറക്കുക.

കുട്ടിയുടെ സ്വാതന്ത്ര്യത്തെയും അതിർത്തിരേഖയെയും നിർണയിക്കുക. അതിർത്തിരേഖ വരക്കുന്നത് കുട്ടികളിൽ ആത്മനിയന്ത്രണത്തെ കുറിച്ചുള്ള ബോധം നിറക്കും. അതേസമയം സ്വാതന്ത്ര്യം നൽകുന്നത് സ്വയം തന്നെ ഒരു ദിശാബോധം ഉണ്ടാകാൻ സഹായിക്കും. അവർ വിജയിക്കണമെങ്കിൽ ഈ രണ്ട് ഘടകങ്ങളും വേണം. കൂടുതൽ പരമാധികാരത്തിനായി കുട്ടികൾ സമ്മർദം ചെലുത്തുക സ്വാഭാവികമാണ്. കുട്ടികളുടെ സ്വാതന്ത്ര്യത്തെ അനേകം രക്ഷിതാക്കൾ അനുസരണക്കേടും മര്യാദകേടുമായി കാണുന്നു. മറ്റുള്ളവരാൽ നിയന്ത്രിക്കപ്പെടുന്നതിന് പകരമായി സ്വയം കാര്യങ്ങൾ നിയന്ത്രിക്കുന്നതായി അനുഭവിച്ചറിയുക എന്നുള്ളത് മനുഷ്യസ്വഭാവമാണ് എന്ന് നാം മനസ്സിലാക്കുക.

നിലപാടുകളിൽ ഉറച്ചുനിൽക്കുക. നിങ്ങളുണ്ടാക്കുന്ന ചട്ടങ്ങൾ ഓരോ ദിവസവും മാറിക്കൊണ്ടിരിക്കുകയാണെങ്കിൽ, അല്ലെങ്കിൽ ആ ചട്ടങ്ങൾ നിങ്ങൾ വല്ലപ്പോഴും മാത്രമേ നടപ്പിൽ വരുത്തുന്നുള്ളൂവെങ്കിൽ കുട്ടിയുടെ മോശം പെരുമാറ്റത്തെ പറ്റി കുറ്റം പറഞ്ഞിട്ടു കാര്യമില്ല. കുറ്റം നിങ്ങളുടേതാണ്. അച്ചടക്കം പഠിപ്പിക്കാനുള്ള ഏറ്റവും നല്ല ഉപകരണം നിങ്ങളുടെ തന്നെ ഉറച്ച നിലപാടാണ്. നിങ്ങൾ വെച്ചു പൊറുപ്പിക്കാത്ത അല്ലെങ്കിൽ കോംപ്രമൈസ് ചെയ്യാത്ത സംഗതികൾ ഏതൊക്കെയാണെന്ന് തീരുമാനിക്കുക. നിങ്ങളുടെ അധികാരപ്രയോഗങ്ങൾ വിവേകത്തോടെയാവട്ടെ. വിവേകത്തോടെ അധികാരം പ്രയോഗിക്കുമ്പോൾ കുട്ടിക്ക് അതിനെ ചോദ്യം ചെയ്യാനും വെല്ലുവിളിക്കാനുമാവില്ല.

കടുത്ത അച്ചടക്കം ഒഴിവാക്കുക. ഒരു സാഹചര്യത്തിലും കുട്ടിയെ തല്ലരുത്. തല്ലുകൊണ്ട കുട്ടികൾ മറ്റു കുട്ടികളുമായി തല്ലുകൂടാനുള്ള സാധ്യത വളരെ കൂടുതലാണ്. അത്തരക്കാർ ചട്ടമ്പികളായി മാറാനും തർക്കങ്ങളിൽ അക്രമാസക്തരായി മാറാനും സാധ്യതയുണ്ട്. ഒരു

കുട്ടിയെ അച്ചടക്കം പഠിപ്പിക്കാൻ നിരവധി മാർഗങ്ങളുണ്ട്. വിശ്രമിക്കാൻ അൽപസമയം കൊടുക്കുക. പുറത്തുപോയി വരാനോ തർക്കവിഷയങ്ങൾ ചർച്ച ചെയ്യാതെ നിങ്ങളോടൊപ്പം തന്നെ പുറത്തുപോയി വരാനോ അനുവദിക്കുക.

നിങ്ങളുടെ ചിട്ടകളും തീരുമാനങ്ങളും വിശദീകരിച്ചുകൊടുക്കുക. കുട്ടികൾ എങ്ങനെയായിത്തീരണമെന്നതിൽ നിങ്ങൾക്കുള്ള പ്രതീക്ഷകൾ അവരോട് വിശദീകരിക്കുക. രക്ഷിതാക്കൾക്ക് ഒരു പ്രശ്നമുണ്ട്. നന്നേ ചെറിയ കുട്ടികൾക്ക് പൊതുകാര്യങ്ങൾ അവശ്യത്തിലധികം വിശദീകരിച്ചുകൊടുക്കും, എന്നാൽ കൗമാരക്കാർക്കോ ആവശ്യമുള്ളത്ര വിശദീകരിച്ചുകൊടുക്കുകയും ചെയ്യില്ല. നിങ്ങൾക്ക് വളരെ എളുപ്പത്തിൽ മനസ്സിലാവുന്ന ഒരു കാര്യം ഒരു പന്ത്രണ്ട് വയസ്സുകാരന് ഒട്ടും മനസ്സിലാവണമെന്നില്ല. അവന് നിങ്ങൾക്കുള്ള മുൻഗണനകളോ വിവേചനമോ അനുഭവമോ ഇല്ലായെന്നുള്ളതാണ് അതിന്റെ കാരണം.

നിങ്ങളുടെ കുട്ടിയെ ബഹുമാനിക്കുക. കുട്ടികളിൽ നിന്ന് ബഹുമാനം കിട്ടാനുള്ള ഒരു വഴി അവരെ ബഹുമാനിക്കുക എന്നുള്ളതാണ്. മറ്റുള്ളവർക്ക് നിങ്ങൾ നൽകുന്ന അതേ ബഹുമാനം കുട്ടികൾക്കും നൽകുക. അവരോട് മര്യാദയോടെ സംസാരിക്കുക. അവരുടെ അഭിപ്രായത്തെ മാനിക്കുക. അവർ സംസാരിക്കുമ്പോൾ ശ്രദ്ധയോടെ കേൾക്കുക. അവരെ അലിവോടെ പരിഗണിക്കുക, സന്തോഷിപ്പിക്കുക. രക്ഷിതാക്കൾ തങ്ങളെ എങ്ങനെ കൈകാര്യം ചെയ്യുന്നുവോ അതുപോലെയാണ് അവർ മറ്റുള്ളവരെയും കൈകാര്യം ചെയ്യുക. നിങ്ങൾ നിങ്ങളുടെ കുട്ടിയോട് എങ്ങനെ പെരുമാറുന്നുവോ അതാണ് കുട്ടി മറ്റുള്ളവരോട് പെരുമാറുന്നതിന്റെ അടിസ്ഥാനം. നിങ്ങളുടെ കുട്ടി പലഹാരങ്ങളോടും മിഠായികളോടും മറ്റും താൽപര്യമുള്ളയാളാണെന്ന് കരുതുക. അതെക്കുറിച്ച് രക്ഷിതാക്കൾ വലിയ ലഹളയുണ്ടാക്കാതിരിക്കുക. ഭക്ഷണസമയം സമാധാനപരമാക്കുക. നിങ്ങൾക്ക് അത്തരം ജങ്ക് ഫുഡ് ഇഷ്ടമല്ലെങ്കിൽ അവ വീട്ടിൽ സൂക്ഷിക്കാതിരിക്കുക. അവ അവർ തിന്നാതിരിക്കാനുള്ള ഒരു വഴി അതാണ്.

അനുതാപം, സത്യസന്ധത, പരാശ്രയമില്ലായ്മ, ആത്മനിയന്ത്രണം, ദയ, സഹകരണം, ഉൻമേഷം, ബുദ്ധിപരമായ ആകാംക്ഷ, പ്രചോദനം, എന്തെങ്കിലും നേടണമെന്നുള്ള ചിന്ത തുടങ്ങിയ കാര്യങ്ങൾ കുട്ടികളിലുണ്ടാക്കാൻ നല്ല രക്ഷിതാക്കൾക്ക് കഴിയുമെന്ന്

സ്റ്റീൻബെർഗ് പറയുന്നു. അവർ വിഷാദത്തിലും ഉത്കണ്ഠയിലും ഭക്ഷ്യക്രമക്കേടുകളിലും സമൂഹവിരുദ്ധപെരുമാറ്റങ്ങളിലും മദ്യമയക്കുമരുന്നുപയോഗത്തിലും അകപ്പെടുന്നതിൽ നിന്ന് തടയാൻ നല്ല രക്ഷിതാക്കൾക്ക് കഴിയും.

രക്ഷാകർതൃത്തെ കുറിച്ച് നിരവധി പുസ്തകങ്ങൾ എഴുതിയ മിഷേൽ ബോർബ വിജയിച്ചുതെളിഞ്ഞതായി പത്ത് പാരന്റിംഗ് ടിപ്പുകളെ പറ്റിപറയുന്നുണ്ട്. ഏതുപ്രായത്തിലുള്ള കുട്ടികൾക്കും ഉപകാരപ്പെടുന്ന ഇവയോരോന്നും നടപ്പിലാക്കാൻ ഓരോ മിനുട്ടിൽ താഴെയേ ആവശ്യമുള്ളൂ.

കുട്ടികളുടെ ശ്രദ്ധയാകർഷിക്കാൻ, പിറുപിറുക്കുകയാണോ എന്ന് തോന്നിപ്പിക്കുന്ന വിധത്തിൽ നിങ്ങളുടെ ശബ്ദം താഴ്ത്തുക. സദാ അലറിയോ ഒച്ചയിലോ കാര്യങ്ങൾ ആവശ്യപ്പെടുന്ന നിങ്ങൾ പെട്ടെന്ന് ശബ്ദം താഴ്ത്തി സംസാരിക്കാൻ തുടങ്ങുന്നത് കുട്ടിയുടെ ശ്രദ്ധയെ ശരിക്കും പിടിച്ചെടുക്കും.

നല്ല ഗുണങ്ങളെ വർധിപ്പിച്ചുകൊണ്ടേയിരിക്കുക. ശരിയായ രീതിയിൽ പുകഴ്ത്തുക, വിശദാംശങ്ങളോടെ പുകഴ്ത്തുക. പേരന്റിംഗിൽ ഇതിന് പോസിറ്റീവ് റീഇൻഫോഴ്സ്മെന്റ് എന്നാണ് പറയുക. നീ ഇന്നലെ ചെയ്ത ഇന്ന കാര്യം കൊണ്ട് ഇന്നഗുണമുണ്ടായി അല്ലെങ്കിൽ ഇന്നഗുണം ഉണ്ടാവും എന്ന് പറയുക. ഉദാഹരണത്തിന് 'നേരം ഇത്രയേ ആയുള്ളൂ, അപ്പോഴേക്കും നീ ഹോംവർക്കൊക്കെ ചെയ്തു അല്ലേ, ഇനി അൽപം ടി.വി കാണാമല്ലോ' എന്നിങ്ങനെ.

'നീ നന്നായി പണിയെടുക്കുന്നുണ്ടല്ലോ'എന്ന രീതിയിൽ കഠിനാധ്വാനത്തെ പുകഴ്ത്തുക. സ്വതവേയുള്ള ഒരു കഴിവിനെ പുകഴ്ത്താതിരിക്കുക. ഉദാഹരണത്തിന് 'നിന്റെ ബുദ്ധി അപാരം തന്നെ' എന്നു പറയരുത്. കഠിനാധ്വാനത്തെ പ്രോത്സാഹിപ്പിക്കുക എന്നതും സ്വന്തം കഴിവുകളിൽ അമിതമായ ആത്മവിശ്വാസം നിരുത്സാഹപ്പെടുത്തുക എന്നതുമാണ് ഈ തത്വത്തിന്റെ അർഥം. തന്റെ വിജയത്തിൽ ഭാഗ്യത്തിന്റെയോ മറ്റുഘടകങ്ങളുടെയോ കലർപ്പില്ല എന്നും കഠിനാധ്വാനത്തിന്റെ ഫലമാണത് എന്നും അറിയുന്നത് കുട്ടിയിൽ അഭിമാനം നിറക്കും.

ഭയത്തെകുറച്ചുകൊണ്ടു വരിക. കൈകാര്യം ചെയ്യാവുന്ന ചെറിയ ഡോസുകളിലാക്കി ഭയത്തെ അവതരിപ്പിക്കുക. ഉദാഹരണത്തിന് ഇഴജീവികളോടുള്ളത്, സൈക്കിൾ, നീന്തൽ തുടങ്ങിയ കാര്യങ്ങൾ

പഠിക്കുമ്പോഴുള്ള പരിക്കിനെ കുറിച്ചുള്ളത്, ഒരുപാട് പാഠഭാഗങ്ങൾ പഠിച്ചുതീർക്കാനാവുമോ എന്നീ ഭയങ്ങളെ ഇങ്ങനെ നേരിടാൻ പ്രേരിപ്പിക്കാം.

ശാഠ്യത്തിന് വഴങ്ങാതിരിക്കുക. എത്രമാത്രം നിങ്ങളത് ശ്രദ്ധിക്കുന്നുവോ അത്രയും ശാഠ്യം വർധിക്കും. അവഗണിക്കുക, അവഗണിക്കുക, അവഗണിക്കുക.

മറ്റുള്ളവരോടുള്ള ദയ പ്രോത്സാഹിപ്പിക്കുക. ദിവസം രണ്ടുപ്രാവശ്യമെങ്കിലും ദയയോടെ മറ്റുള്ളവർക്കെന്തെങ്കിലും ചെയ്തുകൊടുക്കുകയോ പറയുകയോ ചെയ്യുക.

ഉറച്ചുനിൽക്കുക. സംസാരിക്കുമ്പോൾ ആളുകളുടെ കണ്ണിൽ നോക്കി സംസാരിക്കാൻ ഊന്നിപ്പറയുക. കൺസമ്പർക്കം (ഐ കോണ്ടാക്ട്)കുട്ടികളുടെ ആത്മവിശ്വാസം വർധിപ്പിക്കും.

പ്രോത്സാഹിപ്പിക്കുകയും പുഞ്ചിരിക്കുകയും ചെയ്യുന്ന കുട്ടികളെയാണ്, കൂടുതൽ ആളുകളും ഇഷ്ടപ്പെടുന്നത്. ആ രണ്ടു ഗുണങ്ങളും കുട്ടികളിൽ വളർത്തിയാൽ അവർക്ക് സുഹൃത്തുക്കളുടെ കാര്യത്തിൽ പഞ്ഞമുണ്ടാവില്ല.

ആരോഗ്യപരമായ ഭക്ഷണശീലങ്ങൾ പരിശീലിപ്പിക്കുക. കുടുംബം ഒന്നിച്ച് ഭക്ഷണം കഴിക്കുന്നത് കുട്ടികളുടെ മാനസികാരോഗ്യം കൂട്ടും. ഭക്ഷണക്രമക്കേടുകൾ, മദ്യപാനം, പുകവലി എന്നിവക്ക് ഒന്നിച്ചുള്ള ഭക്ഷണം പരിഹാരമാണെന്ന് പഠനങ്ങൾ പറയുന്നു.

പരാതി പറഞ്ഞുകൊണ്ടേയിരിക്കാൻ അനുവദിക്കാതിരിക്കുക. രക്ഷിതാക്കൾ വഴങ്ങുമെന്ന് കരുതിയാണ് പലപ്പോഴും കുട്ടികൾ പരാതിപറഞ്ഞുകൊണ്ടേയിരിക്കുന്നത്.

# നിങ്ങൾ കുട്ടികളെ തല്ലാറുണ്ടോ

ഇഷ്ടപ്പെട്ടാലും ഇല്ലെങ്കിലും ഒരു അച്ചടക്കനടപടിയെന്ന നിലക്ക് രക്ഷിതാക്കൾ കുട്ടികളെ തല്ലിപ്പോവും. പക്ഷേ നിരന്തരമായി തല്ലുന്നത് കുട്ടികളിൽ അക്രമണോത്സുകത വളർത്തുമെന്നും ആത്മാഭിമാനം ഇല്ലാതാക്കുമെന്നുമാണ് ഏറ്റവും പുതിയ പഠനങ്ങൾ സൂചിപ്പിക്കുന്നത്. ലക്ഷ്യം നേടാൻ അക്രമം തെറ്റല്ല എന്ന സന്ദേശമാണത്രെ തല്ലൽ നൽകുന്നത്. കൂടുതലായി തല്ലപ്പെട്ട കുട്ടികൾക്ക് മാനസിക സമ്മർദം ഉണ്ടാവാനുള്ള സാധ്യതയേറുമെന്നും പിന്നീട് കുറഞ്ഞ വേതനമുള്ള ജോലിയിലാണ് അവർ എത്തിപ്പെടുന്നതെന്നും സൂചിപ്പിക്കുന്ന പഠനങ്ങൾ ഉണ്ടായിട്ടുണ്ട്. മറ്റൊരുവഴിയും കണ്ടെത്താനുള്ള രക്ഷിതാക്കളുടെ കഴിവുകേടാണ് തല്ലലിലേക്ക് നയിക്കുന്നതെന്നും പഠനങ്ങൾ പറയുന്നു. തല്ലാതെ പിന്നെയെന്തുവഴി എന്നു കരുതുന്നവർക്കായി ചില മാർഗങ്ങൾ താഴെപ്പറയുന്നു.

തല്ലരുത്, സമാധാനപ്പെടുക. രക്ഷിതാവിന് തന്റെ വികാരങ്ങളുടെ മേൽ നിയന്ത്രണം നഷ്ടപ്പെടുകയാണെങ്കിൽ കുട്ടി അത് വെച്ച് കളിക്കാൻ സാധ്യതയുണ്ട്. അതിനാൽ നിശബ്ദത പാലിക്കുക. ആത്മനിയന്ത്രണം പാലിക്കാൻ സഹായകമാവുമെങ്കിൽ ആ സാഹചര്യത്തിൽ നിന്ന് മെല്ലെ പിൻവലിയുക. അൽപനേരം ഒറ്റക്കിരിക്കുക.

ആകെ തളർന്ന്, അല്ലെങ്കിൽ തിരക്കിലായിരിക്കുമ്പോഴാണ് രക്ഷിതാക്കൾക്ക് പലപ്പോഴും കുട്ടികളെ തല്ലാൻ തോന്നുന്നത്. അതിനാൽ രക്ഷിതാക്കൾ അൽപനേരമെങ്കിലും വ്യായാമത്തിനോ നടത്തത്തിനോ വായനക്കോ പ്രാർഥനക്കോ മാറ്റിവെക്കുക.

ദയകാട്ടുക, അതേസമയം തന്നെ ഉറച്ചനിലപാടും എടുക്കുക. കുട്ടികൾ കാര്യങ്ങൾ ഗൗരവമായി എടുക്കാതിരിക്കുമ്പോൾ

അല്ലെങ്കിൽ നിർദ്ദേശങ്ങളെ നിരന്തരമായി ലംഘിക്കുമ്പോൾ രക്ഷിതാക്കൾക്ക് നിയന്ത്രണം വിടാനുള്ള സാധ്യതയേറെയാണ്. ആ സാഹചര്യങ്ങളിൽ കുട്ടിയുടെ ഉയരത്തിനനുസരിച്ച് കുനിഞ്ഞ് കണ്ണുകളിൽ നോക്കി മെല്ലെ സ്പർശിച്ച് കുറഞ്ഞ വാക്കുകളിൽ നിസ്സ ഹായത പ്രകടിപ്പിക്കാതെ കനപ്പിച്ച് സംസാരിക്കുക.

കുട്ടികൾക്ക് തെരഞ്ഞെടുക്കാൻ രണ്ടോ മൂന്നോ ചോയ്സുകൾ നൽകുക. ഉദാഹരണത്തിന്, നീ ഭക്ഷണം കൊണ്ട് കളിക്കുന്നത് നിർത്തുന്നോ അതോ എണീറ്റു പോകുന്നോ എന്ന് ചോദിക്കുക. എന്നിട്ടും കുട്ടി ഭക്ഷണം കൊണ്ട് കളിക്കുന്നുണ്ടെങ്കിൽ എണിറ്റുപോ കാൻ ആവശ്യപ്പെടുക. അനുസരിക്കുമ്പോൾ മാത്രം തിരിച്ചുവരാൻ അനുവദിക്കുക.

പ്രത്യാഘാതങ്ങൾ യുക്തിപൂർവം വിശദീകരിച്ചുകൊടുക്കുക. ശാരീ രികമായ ശിക്ഷയെ കുറിച്ച് ഒരിക്കലും ഭീഷണിപ്പെടുത്താതിരിക്കുക. അയൽക്കാരന്റെ ജനാലച്ചില്ല് പൊളിച്ചതിന് നിങ്ങൾ തല്ലിയെന്നി രിക്കട്ടെ. ഭാവിയിൽ വീണ്ടും അങ്ങനെയുണ്ടായാൽ അത് നിങ്ങളിൽ നിന്ന് ഒളിച്ചുവെക്കാൻ കുട്ടിശ്രമിക്കും. അതിനുപകരമായി ജനാല ച്ചില്ല് പൊളിച്ചതിന്റെ ഉത്തരവാദിത്തം ഏറ്റെടുക്കാൻ കുട്ടിയോട് പറയുക. രക്ഷിതാക്കളും കുട്ടികളും തമ്മിൽ എന്തെങ്കിലും കാര്യത്തിൽ ധാരണയുണ്ടായിട്ടുണ്ടെങ്കിൽ, ആ ധാരണ കുട്ടികൾ തെറ്റിക്കുമ്പോൾ രക്ഷിതാക്കൾക്ക് തല്ലാൻ തോന്നും. നിങ്ങളുടെ വിശ്വാസം നേടാനും തെറ്റുതിരുത്താനുമുള്ള മതിയായ അവസരവും സമയവും കുട്ടിക്ക് നൽകുക.

ഒന്നു പറഞ്ഞാൽ പത്ത് തിരിച്ചുപറയുന്ന കുട്ടികളോട് രക്ഷിതാ ക്കൾക്ക് സമനില തെറ്റാനുള്ള സാധ്യതയേറെയാണ്. പരാജയപ്പെ ട്ടോ ദേഷ്യപ്പെട്ടോ മുറിവിട്ടിറങ്ങരുത്. അത്തരം സാഹചര്യങ്ങളിൽ, 'ഞാൻ അപ്പുറത്തെ മുറിയിലുണ്ടാവും, മര്യാദയോടെ സംസാരി ക്കാൻ നിനക്ക് കഴിയുന്നതെപ്പോഴാണോ അപ്പോൾ വരിക,'എന്ന് ശാന്തനായി പറയുക. കുട്ടിയുടെ ശാഠ്യങ്ങൾ രക്ഷിതാവിനെ പ്രകോ പിപ്പിക്കാനുള്ള സാധ്യതയേറെയാണ്. ഒരു സാഹചര്യത്തെക്കുറിച്ച് അറിവില്ലാതിരിക്കുമ്പോഴോ അശക്തനായിരിക്കുമ്പോഴോ ആണ് കുട്ടി പലപ്പോഴും ശാഠ്യം കാണിക്കുന്നത്. ഉദാഹരണത്തിന് കുട്ടി ഒരു സുഹൃത്തിന്റെ വീട്ടിലാണെന്ന് ധരിക്കുക. 'ഈ നിമിഷം നീയി വിടെയെത്തണം' എന്നു പറയുന്നതിന് പകരം 'അഞ്ച് മിനുട്ടിനകം ഞാൻ അങ്ങോട്ടുവരികയാണ്, നീ ഇപ്പോൾ ചെയ്യുന്നത് എന്താണോ അത് പൂർത്തിയാക്കുക' എന്നുപറയുക.

## കുട്ടി വളരെനേരം ടിവി കാണുമ്പോൾ

വൈകുന്നേരങ്ങളിൽ ജപിക്കുകയോ വായിക്കുകയോ ചെയ്തിരുന്ന ഒരു കാലമുണ്ടായിരുന്നു. എന്നാലിന് ഉറക്കം, പഠനം, ഭക്ഷണം എല്ലാത്തിനെയും ടിവി ബാധിച്ചിരിക്കുന്നു. കുട്ടികളുടെ ഇഷ്ടപ്പെട്ട പരിപാടി ടിവിയിലുണ്ടെങ്കിൽ അതൊക്കെ കഴിഞ്ഞുമാത്രമേ കുട്ടി ഉറങ്ങാൻ പോവൂ. എല്ലാം അനുകരിക്കുന്ന കുഞ്ഞുമനസ്സുകളിലേക്ക് ചവറുപരിപാടികൾ എളുപ്പത്തിൽ കയറി ക്കൂടുന്നു. മാതാപിതാക്കൾക്ക് ഉറക്കം നഷ്ടപ്പെടുന്നു.

### ഈ പ്രശ്നത്തെ നേരിടാനുള്ള ചില വഴികൾ

കുടുംബം ഒന്നിച്ചൊരു തീരുമാനമെടുക്കുക. രാത്രി ഒമ്പതര മണിക്ക് ശേഷം ആരും ടിവി കാണുന്നില്ല എന്ന് നിങ്ങൾ കുട്ടികളോട് പറഞ്ഞെന്നിരിക്കട്ടെ, ആരും ആ കൽപന അനുസരിക്കാൻ പോകുന്നില്ല. പകരം കുടുംബം മൊത്തമായിരുന്ന്, 'ടിവി എന്നുള്ള ഒരു പ്രശ്നമുണ്ടെന്നും എങ്ങനെയാണ് ആ പ്രശ്നത്തെ പരിഹരി ക്കേണ്ടതെന്നും' ആലോചിക്കുക. കുട്ടികൾ ഒന്നും മിണ്ടുന്നില്ലെങ്കിൽ നിങ്ങൾ തന്നെ 'അധ്യക്ഷതീരുമാനം' അറിയിക്കുക. പക്ഷേ കുട്ടികൾ കൂടിയാണ് ആ തീരുമാനമെടുത്തതെന്ന്, അവർക്ക് വെറുപ്പില്ലാത്ത വിധത്തിൽ വരുത്തിത്തീർക്കണം.

കുട്ടികൾക്ക് കാണാനായി ഒരു കൂട്ടം സമയവും പരിപാടികളും നിർണയിച്ചു നൽകുക. ഒരു സ്റ്റഡിപ്ലാൻ തയ്യാറാക്കുന്ന കാര്യത്തിൽ അവരോടൊപ്പം ഇരിക്കുക. പഠിക്കേണ്ടതെപ്പോൾ, ടിവി കാണുന്ന തെപ്പോൾ എന്ന കാര്യം തീരുമാനിക്കാൻ അവരെ അനുവദിക്കുക. പക്ഷേ ആ പ്ലാൻ കൃത്യമായി പാലിക്കാൻ നിങ്ങളവരെ നിർബന്ധി ക്കണം. നിങ്ങൾ അയഞ്ഞാൽ അവരും അയയും.

അക്രമമോ ബീഭത്സതയോ പ്രമേയമായുള്ള പരിപാടികൾ കാണാൻ കുട്ടികൾക്ക് നല്ല താൽപര്യമാണ്. അത് അനുയോജ്യമല്ലെന്ന് നിങ്ങൾക്കറിയാം. പക്ഷേ ആ വിഷയത്തിൽ തർക്കിച്ചതുകൊണ്ടായില്ല. പകരം പരിപാടി കഴിഞ്ഞാൽ കുട്ടികളുമായി ഒന്നിച്ചിരുന്ന് പരിപാടിയെ കുറിച്ച് ചർച്ച ചെയ്യുക. കുട്ടികൾ സ്വയം ചിന്തിക്കട്ടെ. നിങ്ങളുടെ അഭിപ്രായം അടിച്ചേൽപ്പിക്കരുത്. അവരുടെ അഭിപ്രായം തുറന്നുപറയാൻ അവരെ പ്രേരിപ്പിക്കുക. പരിപാടിയിലെ വില്ലൻ അല്ലെങ്കിൽ ചീത്തക്കഥാപാത്രം ആരെന്ന്, അയാൾ ചീത്തക്കഥാപാത്രമായത് എന്തുകൊണ്ടെന്ന് കുട്ടികളോട് ചോദിക്കുക. മിക്കവാറും പരിപാടികളിൽ എന്തെങ്കിലും ധാർമികപാഠങ്ങൾ കാണും. ചീത്തക്കഥാപാത്രം ഒരിക്കലും ജയിക്കില്ല. ഇക്കാര്യം നിങ്ങളുടെ വാദത്തിന് അനുകൂലമായി ഉപയോഗിക്കുക. എങ്കിലും ആരെയെങ്കിലും തല്ലുന്നത് ഒരു തമാശയാണോ എന്ന് നിങ്ങൾ കുട്ടിയോട് ചോദിക്കുക. പരിപാടിയിലെ ഏതൊക്കെ ഭാഗത്തെയാണ് അവർ തെറ്റായും ശരിയായും കാണുന്നതെന്ന് ചോദിച്ചറിയുക.

ഉള്ളടക്കത്തെ നിരൂപണം ചെയ്യുക. ഒരു സിനിമ കാണുന്നതിനിടെ, എത്ര അവിശ്വസനീയം, അല്ലെങ്കിൽ എത്ര അയാഥാർഥമാണ് കഥയുടെ പോക്കെന്ന മട്ടിൽ അഭിപ്രായം പാസ്സാക്കുക. ഇക്കാലത്തെ ഏത് സിനിമ കാണുമ്പോഴും തെറ്റായതോ അവിശ്വസനീയമായതോ ആയ കാര്യങ്ങൾ കാണാൻ സാധിക്കും. അത് നിരന്തരം ചൂണ്ടിക്കാണിച്ചുകൊണ്ടിരുന്നാൽ, ഒരു മണ്ടത്തരം കാണുമ്പോഴേക്ക് തന്നെ മനസ്സിലാവുന്ന വിധത്തിലുള്ള ഒരു കണ്ണ് അവർ നേടിയെടുത്തിരിക്കും.

വിദ്യാഭ്യാസപരിപാടികൾ കാണാൻ കുട്ടികളെ പ്രേരിപ്പിക്കുക. ശ്രമിച്ചാൽ ഡിസ്കവറി ചാനൽ, ആനിമൽ പ്ലാനറ്റ് പോലുള്ള ചാനലുകൾ മാത്രം കാണുന്ന രീതിയിൽ കുട്ടികളെ മാറ്റിയെടുക്കാൻ സാധിച്ചെന്നിരിക്കും. തേനീച്ചകളെ പറ്റിയുള്ള ഒരു പരിപാടി വരികയാണെങ്കിൽ നിങ്ങൾക്ക് അവയെപറ്റിയുള്ള താൽപര്യമുണർത്തുന്ന വസ്തുതകൾ പറഞ്ഞുകൊടുക്കാം, ആ വിഷയത്തിലുള്ള പുസ്തകമോ ലേഖനമോ കാട്ടിക്കൊടുക്കാം. അവരിൽ ആ വിഷയങ്ങളിൽ താല്പര്യം ഉണർത്താൻ അങ്ങനെ സാധിക്കും.

കുട്ടികൾക്ക് പ്രിയപ്പെട്ട കാർട്ടൂൺ കഥാപാത്രങ്ങൾ ഉള്ള കളറിംഗ് പുസ്തകങ്ങൾ അവർക്ക് നൽകാം. അവയിൽ സ്കെച്ചിംഗ് നടത്താൻ അവരെ പ്രേരിപ്പിക്കുക. കുരുത്തംകെട്ട ആ രൂപങ്ങൾക്കകത്ത്

ഒളിഞ്ഞിരിക്കപ്പെട്ട എന്തൊക്കെ കഴിവുകളുണ്ടെന്ന് ആർക്കറിയാം.

ടിവിയെ എങ്ങനെ നേരിടാം എന്ന് നിങ്ങൾക്കറിയാമെങ്കിൽ, നിങ്ങളുടെ സ്വാർഥനേട്ടങ്ങൾക്കായി അവയെ ഉപയോഗപ്പെടുത്താനുള്ള തന്ത്രങ്ങളുണ്ടെങ്കിൽ, ടെലിവിഷനെ അത്രയും വലിയ ശത്രുവായി പ്രഖ്യാപിക്കേണ്ടതില്ല.

# അമിതസംരക്ഷണം.

## എന്റെ കുട്ടി സുരക്ഷിതനാണോ?

ഡ്രൈവർമാർ അലക്ഷ്യമായി വണ്ടിയോടിക്കുന്നുവെന്ന് കേട്ടതിന്റെ അടിസ്ഥാനത്തിൽ എട്ടുവയസ്സുകാരനായ കുട്ടിയെ സ്കൂൾബസ്സിലയക്കാത്തവരുണ്ട്. വീഴുമെന്ന് വിചാരിച്ച് കളിക്കാൻ അനുവദിക്കാത്ത അമ്മമാരും മുങ്ങിമരിക്കുമെന്ന് ഭയന്ന് നീന്തൽപഠിക്കാൻ പോലും വിടാത്ത അച്ഛൻമാരും നമ്മുടെയിടയിലുണ്ട്. ജനിക്കുമ്പോൾ ഒരുകുട്ടി അങ്ങേയറ്റം ദുർബലനും നിസ്സഹായനുമാണ്. അതിനാൽ തന്നെ മക്കളുടെ സുരക്ഷയെപറ്റി അമിതമായി ആശങ്കപ്പെടുക സ്വാഭാവികമാണ്. മുതിർന്നവരുടെ ഈ വലിയ ചീത്തലോകത്ത് തങ്ങൾ കൊണ്ടുവന്ന കൊച്ചുങ്ങളെ കുറിച്ച് ബേജാറാവുകയെന്നതും മുന്നോട്ടുള്ള ജീവിതം മുഴുവൻ ഈ കുഞ്ഞുങ്ങളുടെ കാവൽമാലാഖയായി സ്വയം തോന്നലും സാധാരണമാണ്. സങ്കൽപിക്കാവുന്ന മുഴുവൻ അപകടങ്ങളിൽ നിന്നും തങ്ങളുടെ സ്വന്തം കുഞ്ഞുങ്ങളെ എല്ലാകാലത്തേക്കും രക്ഷിക്കണമെന്നാണ് ഓരോ രക്ഷിതാവിന്റെയും ആഗ്രഹം, പക്ഷേ എത്രകാലത്തേക്ക്, എത്രത്തോളം?

കുട്ടികൾ വളരുന്നുണ്ടെന്ന് രക്ഷിതാക്കൾ മനസ്സിലാക്കേണ്ടത് അത്യാവശ്യമാണ്. മമ്മിയുടെയും ഡാഡിയുടെയും കൈകളിലായിരിക്കും ലോകാവസാനം വരെ കുട്ടികളെന്ന് ആരും പ്രതീക്ഷിക്കേണ്ടതില്ല. എല്ലാകാലവും പിച്ചവെച്ചല്ല അവർ നടക്കുന്നത്. അവർ മരം കയറും, ഓടും, ചാടും, ചുറ്റിനടക്കും. പൊട്ടലും മുറിവും ചതവും ഉളുക്കും കൈകാൽ ഒടിയലും എല്ലാം ബാല്യത്തിന്റെ ഭാഗമാണെന്ന് നാം മനസ്സിലാക്കണം. യഥാർഥലോകവും തങ്ങളുടെ കുട്ടികളുമായുള്ള യഥാർഥസമ്പർക്കം തടയുകയോ അല്ലെങ്കിൽ ആ സമ്പർക്കത്തിന്റെ

ഓരോ ഘട്ടത്തിലും ഇടപെടുകയോ ചെയ്യുന്ന രക്ഷിതാക്കൾ കുട്ടിക്ക് ഗുണത്തേക്കാളേറെ ദോഷമാണ് ചെയ്യുന്നത്. ഓരോ സംഗതികളിലും കാര്യത്തിലും അടങ്ങിയിരിക്കുന്ന റിസ്കുകളെ, അപകടങ്ങളെ വിലയിരുത്താൻ പറ്റിയ ഏറ്റവും നല്ല വിധികർത്താക്കൾ കുട്ടികൾ തന്നെയാണെന്നും ആ സംഗതികളിലൊന്നും രക്ഷിതാക്കൾ ഇടപെടരുതെന്നും അല്ല ഇപ്പറഞ്ഞതിന്റെ അർഥം.

## ഉചിതമല്ലാത്ത പേടികൾ.

തന്റെ കുഞ്ഞിന്റെ സുരക്ഷിതത്വത്തെ കുറിച്ചുള്ള തന്റെ ഭയം സ്ഥാനത്തോ അസ്ഥാനത്തോ ആണ് എന്ന് രക്ഷിതാവിന് എങ്ങനെ തിരിച്ചറിയാൻ കഴിയും.? ശാരീരികമായുള്ള ഏതു കളികളും അപകടമുണ്ടാക്കും എന്നു കരുതുന്ന, എപ്പോഴും തന്റെ കണ്ണിന്റെ ചുവട്ടിൽ മാത്രമേ കുട്ടികൾ സുരക്ഷിതരായിരിക്കൂ എന്ന് കരുതുന്ന, എന്തെങ്കിലും സംഭവിക്കുമെന്ന കാര്യത്തിൽ കുട്ടികളെക്കാൾ എല്ലായ്പോഴും പേടി നിലനിർത്തുന്ന, എപ്പോഴും കുട്ടികളുടെ പിന്നാലെ നടന്ന് നിർദേശം നൽകിക്കൊണ്ടേയിരിക്കുന്ന, അപകടമുണ്ടാവാൻ വിദൂരസാധ്യതയുള്ള എല്ലാ കാര്യങ്ങളും വിലക്കുന്ന, റോഡ് മുറിച്ചുകടക്കുമ്പോൾ തന്നെ വണ്ടി വന്നിടിക്കുമെന്ന് കരുതുന്ന, ഒറ്റയ്ക്ക് പോവുമ്പോൾ തട്ടിക്കൊണ്ടുപോയേക്കുമെന്ന് ധരിക്കുന്ന എല്ലാ രക്ഷിതാക്കളും ഇത്തരം ഒരു പേടിയുടെ പിടിയിലാണ് എന്ന് മനസ്സിലാക്കുക.

## അമിതമായി സംരക്ഷണം കൊടുക്കുന്നതിന്റെ പ്രശ്നങ്ങൾ.

കുട്ടിയുടെ സുരക്ഷയെ പറ്റി രക്ഷിതാവിന് അമിതമായി ഭയമുണ്ടെങ്കിൽ അത് കുട്ടിയുടെ ആത്മവിശ്വാസത്തെ ഗുരുതരമായി ബാധിക്കും. കുട്ടി അതീവസുരക്ഷിതനായിരിക്കാൻ ഓവർടൈം പണിയെടുക്കുന്ന ഓരോ രക്ഷിതാവും കുട്ടിയെ കൂടുതൽ പരാശ്രയശീലനാക്കുന്നു. കുട്ടി സ്വയം ചെയ്ത് കാര്യങ്ങൾ പഠിക്കാനുള്ള സാധ്യതയെ ഇല്ലാതാക്കുന്നു. കുട്ടികൾക്ക് തനിയെ ഒരു കാര്യവും ചെയ്യാനാവില്ലെന്ന സന്ദേശം സ്വയമറിയാതെ, ഉദ്ദേശിക്കാതെ കുട്ടികൾക്ക് നൽകുകയാണ് അങ്ങനെയുള്ള രക്ഷിതാക്കൾ.

മാത്രവുമല്ല, ഇത്തരം പേടികൾ കുട്ടികളിലേക്കും പകരും. ചെയ്യുന്ന ഓരോ പ്രവൃത്തിയിലും അനുഭവത്തിലും അപകടം പതിഞ്ഞിരിക്കുന്നുവെന്നുള്ള ഒരു തോന്നൽ കുട്ടിയിൽ വളരും. രക്ഷിതാക്കളുടെ മേൽനോട്ടമില്ലാതെ തനിയെ കളിക്കുന്ന കുട്ടികളിലാണ് അപകടം

കുറവ് കണ്ടുവരുന്നതത്രെ. അപകടസാധ്യതയുള്ളൊരു കാര്യത്തിൽ ഏർപ്പെടുന്ന കുട്ടിയോട്, ഭയമുള്ള രക്ഷിതാക്കൾ നേരത്തെ തന്നെ കാര്യം പറഞ്ഞിരിക്കണം. അല്ലാതെ ആ കാര്യത്തിൽ കുട്ടി ഏർപ്പെട്ടുകൊണ്ടിരിക്കുന്നതിനിടെ അത് പറയാൻ പാടില്ല.

ആ സാഹചര്യത്തിൽ പേടി ബാധിച്ച് അവരുടെ ഏകാഗ്രത നഷ്ടപ്പെടുകയും കൂടുതൽ അപകടത്തിൽ അവർ പെട്ടെന്നും വരാം. സൈക്കിൾ പഠിക്കുന്ന കാര്യം പോലും ആദ്യമായി ആ കാര്യം തനിച്ചുചെയ്യുന്ന കുട്ടിയെ സംബന്ധിച്ചിടത്തോളം മഹത്തായ ഒരു നേട്ടമാണ്. കുട്ടികളെ പഞ്ഞിയിൽ പൊതിഞ്ഞ് സൂക്ഷിക്കുന്ന രക്ഷിതാക്കൾ കുട്ടികൾക്ക് കാര്യങ്ങൾ പഠിച്ചെടുക്കുന്നതിലുള്ള സംതൃപ്തി നിഷേധിക്കുകയാണ്.

മുതിർന്നകുട്ടികൾ പലപ്പോഴും രക്ഷിതാക്കളുടെ ഈ സ്വഭാവത്തെ തങ്ങളോടുള്ള സ്നേഹമോ പരിഗണനയോ ആയി മനസ്സിലാക്കണമെന്നില്ല. ഉത്തരവാദിത്തമുള്ള, ബുദ്ധിയുള്ള കുട്ടികളായി രക്ഷിതാക്കൾ തങ്ങളെ പരിഗണിക്കുന്നില്ലെന്നാണ് അവർ കരുതുക. മുതിർന്ന കുട്ടികൾ രക്ഷിതാക്കളുടെ ഇതു പോലെയുള്ള പെരുമാറ്റങ്ങളോട് രണ്ട് രീതിയിലാണ് പ്രതികരിക്കുക.

ഒന്നുകിൽ ഇത്തരം നിർദേശങ്ങളോട് എതിരായി പ്രതികരിക്കും അല്ലെങ്കിൽ അനുസരിക്കും. നിനക്കിത് ചെയ്യാൻ പറ്റുമെന്ന് ഉറപ്പുണ്ടോയെന്ന മട്ടിൽ രക്ഷിതാക്കൾ അമിതഭയം പ്രകടിപ്പിക്കുമ്പോഴോ, അല്ലെങ്കിൽ അതുകൊണ്ടുണ്ടാകുന്ന മാരകമായ അപകടങ്ങളെ കുറിച്ച് താക്കീത് ചെയ്യുകയോ ചെയ്യുമ്പോൾ, കുട്ടികൾ ആ കാര്യം ചെയ്യുന്നത് അപ്പാടെ തന്നെ നിർത്തിവെക്കാൻ സാധ്യതയുണ്ട്. അവർ തങ്ങളുടെ കഴിവിൽ അവിശ്വസിക്കാൻ തുടങ്ങുന്നു. മറുവശത്ത്, കുട്ടികൾ രക്ഷിതാക്കളുടെ ഭയനുള്ള നിർദേശങ്ങളോട് ശക്തമായ വിയോജിപ്പ് പ്രകടിപ്പിച്ചേക്കാം. ലോകം അപകടകരമായ ഒരു സ്ഥലമാണെന്ന കാഴ്ചപ്പാടുള്ള അത്തരം രക്ഷിതാക്കൾക്ക് കുട്ടികളുടെ കണ്ണിൽ ക്രമേണ വിശ്വാസ്യത നഷ്ടപ്പെടും. രക്ഷിതാക്കളുടെ കഴമ്പില്ലാത്ത ഭയം കാരണം സമപ്രായക്കാർ ഏർപ്പെടുന്ന സാധാരണകാര്യങ്ങൾ പോലും തങ്ങൾക്ക് നിഷേധിക്കപ്പെടുകയാണെന്ന് അവർ മനസ്സിലാക്കും. കാര്യങ്ങൾ വിലയിരുത്താൻ കഴിവില്ലാത്ത, അപകടങ്ങൾ വരുത്തിവെക്കുന്ന കുട്ടികളായാണ് തങ്ങളെ രക്ഷിതാക്കൾ കരുതുന്നവെന്നതിനോട് കുട്ടികൾ രൂക്ഷമായി പ്രതികരിക്കും.

കുട്ടികൾ ആത്മവിശ്വാസമുള്ള സ്വതന്ത്രരായ മനുഷ്യരായിത്തീരണമെന്നുണ്ടെങ്കിൽ രക്ഷിതാക്കൾ തങ്ങളുടെ കാഴ്ചപ്പാടുതന്നെ മാറ്റണം. അമിതമായ സുരക്ഷാപേടിയുള്ള രക്ഷിതാക്കൾ, ഒന്നാമത്തെ പടിയെന്ന നിലക്ക് മറ്റുള്ള രക്ഷിതാക്കളോട് ചോദിച്ച് തന്റെ സ്വഭാവം എങ്ങനെയാണെന്ന് തിട്ടപ്പെടുത്തണം. ഒറ്റക്കുള്ള രക്ഷിതാവ് (വൈധവ്യം, വിരഹം, വിവാഹമോചനം തുടങ്ങിയ കാരണങ്ങളാൽ കുട്ടികളെ തനിച്ചുവളർത്തുന്ന രക്ഷിതാവ് ) ആണെങ്കിൽ കുട്ടിയുടെ ക്ഷേമത്തിൽ താല്പര്യമുള്ള ആരെങ്കിലുമായോ മറ്റു രക്ഷിതാക്കളുമായോ ചോദിച്ചു മനസ്സിലാക്കണം. ഈ ഉപദേശം ഒരു പരമസത്യമായി എടുക്കേണ്ടതില്ല. പക്ഷേ ഇതിന്റെയടിസ്ഥാനത്തിൽ രക്ഷിതാവിന് കുട്ടിക്ക് എന്തൊക്കെയാണ് സുരക്ഷിതം എന്നകാര്യത്തിൽ നല്ലൊരു തീരുമാനം എടുക്കാനാവും.

രണ്ടാമത്തെ പടിയെന്ന നിലക്ക് കുട്ടിയുമായി സംസാരിച്ചു നോക്കണം. കുട്ടിയുടെ കഴിവിലുള്ള വിശ്വാസക്കുറവ് മൂലമല്ല ഈ പേടിയെന്നും കുട്ടിയുടെ സുരക്ഷയെക്കരുതിയുള്ള മുൻകരുതലാണിതെന്നും കുട്ടിയെ പറഞ്ഞുമനസ്സിലാക്കണം. ബന്ധപ്പെട്ട കളികളിലും പ്രവൃത്തികളിലും ഉള്ള അപകടസാധ്യതയെ കുറിച്ച് മുന്നറിയിപ്പ് നൽകാനും അപകടമുണ്ടായാൽ എന്താണ് ചെയ്യേണ്ടതെന്ന് പറഞ്ഞുകൊടുക്കാനും ഈ സന്ദർഭം ഉപയോഗപ്പെടുത്താം. കുട്ടിയുടെ കഴിവിനെയും മികവിനെയും, വിലയിരുത്താനുള്ള ബുദ്ധിയെയും ശരിക്കും വിലയിരുത്തിയിട്ടുവേണം എന്തെങ്കിലും ഒരു തീരുമാനമെടുക്കാൻ. ഈ നടപടികളൊക്കെയെടുത്താലും കുട്ടിയെ ശരിക്കും വിലക്കേണ്ടുന്ന നിരവധി സന്ദർഭങ്ങളുണ്ട്. അത് ഒരു രക്ഷിതാവിന്റെ പ്രത്യേകാവകാശമാണ്. കുറേക്കൂടി ഉന്നതമായ വിലയിരുത്തൽ ശേഷിയും അനുഭവപരിജ്ഞാനവും ഇക്കാര്യത്തിൽ രക്ഷിതാവിനുണ്ട്. ഒരു കുട്ടിക്ക് സ്വീകാര്യവും സുരക്ഷിതവുമായ ഒന്ന് മറ്റൊരുകുട്ടിക്ക് അങ്ങനെയായിരിക്കണമെന്നില്ല. രക്ഷിതാക്കൾ തന്നെയാണ് ഇക്കാര്യത്തിൽ തീരുമാനമെടുക്കേണ്ടത്.

ഈ കളി, പ്രവൃത്തി തനിക്ക് നിഷേധിക്കപ്പെട്ടെങ്കിലും മറ്റൊരു പ്രവൃത്തി തനിക്ക് പറ്റുമെന്ന് കുട്ടികൾ വിചാരിക്കാൻ സാധ്യതയുണ്ട്. ഇത്തരം കാര്യങ്ങളൊക്കെ രക്ഷിതാവിനും കുട്ടിക്കുമിടയിൽ എപ്പോഴും ഒരു തർക്കവിഷയമായി തുടരും. ഈ കാര്യങ്ങളിലൊന്നും തങ്ങൾ ഇത്രയ്ക്കൊന്നും മസിൽ പിടിക്കേണ്ടതില്ല എന്ന് രക്ഷിതാക്കൾ മനസുവെച്ചാൽ പ്രശ്നം പാതി തീർന്നു.

# സമയം പാഴാക്കാതിരിക്കാൻ കുട്ടികളെ പഠിപ്പിക്കുന്നതെങ്ങനെ

നിരവധി കാര്യങ്ങൾ ഒരേ സമയത്ത് മനോഹരമായി കൈകാര്യം ചെയ്യാൻ സഹായിക്കുന്ന കലയാണ് ടൈം മാനേജ്മെന്റ്. ഏതൊരു കലയെയും പോലെ ഇതും പരിശീലിക്കണം. ബ്രഷ് ചെയ്യാനും വസ്ത്രം വൃത്തിയിൽ സൂക്ഷിക്കാനും പഠിപ്പിക്കുന്ന മാതാപിതാക്കളിൽ ഭൂരിപക്ഷവും സമയം പാഴാക്കാതിരിക്കാനുള്ള പരിശീലനം നൽകുന്നില്ല. എനിക്ക് തന്നെ സമയം മാനേജ് ചെയ്യാൻ പറ്റുന്നില്ല, പിന്നെയെങ്ങിനെ എന്റെ മക്കളെ ടൈം മാനേജ്മെന്റ് പഠിപ്പിക്കും എന്നു വിചാരിക്കുന്ന രക്ഷിതാക്കൾക്ക് 'ഇപ്പോഴാണ്' അത് തുടങ്ങാൻ പറ്റിയ സമയം. ജീവിതകാലം മുഴുക്കെ കുട്ടിക്ക് ഉപകാരപ്പെടുന്ന ഈ സ്കിൽ അവരിൽ വളർത്തിയെടുക്കാൻ താഴെപ്പറയുന്ന കാര്യങ്ങൾ നടപ്പിലാക്കിനോക്കൂ:

പൊതുവായി, എന്താണ് പ്രധാനമെന്നും എന്താണ് അടിയന്തിരമെന്നും ഉള്ള തീരുമാനം എടുക്കാൻ കുട്ടികളെ സഹായിക്കുക. നല്ലൊരു ജീവിതം കെട്ടിപ്പടുക്കാൻ അവരെ സഹായിക്കുന്ന കാര്യങ്ങളാണ് പ്രധാനം എന്ന പട്ടികയിൽ വരേണ്ടത്. എത്രയും പെട്ടെന്ന് ചെയ്തേ തീരൂ എന്നുള്ള കാര്യങ്ങൾ അടിയന്തിര പട്ടികയിലും.

കാര്യങ്ങളെ അടിയന്തിരമായി ചെയ്യേണ്ടത്, ആദ്യം ചെയ്യേണ്ടത്, പിന്നീട് ചെയ്യേണ്ടത്, ചെയ്താൽ നല്ലത്, ചെയ്തില്ലെങ്കിലും കുഴപ്പമില്ലാത്തത് എന്ന രീതിയിൽ തരം തിരിക്കാൻ പഠിപ്പിക്കുക. കുടുംബം ആരോഗ്യം, സ്കൂൾ, വ്യക്തിത്വവികാസം, സമൂഹം, സുഹൃത്തുക്കൾ എന്നീ മേഖലകളായും അവർ ചെയ്യേണ്ട കാര്യങ്ങളെ ലിസ്റ്റ് ചെയ്യാം. ഓരോ മേഖലയിലെയും അടിയന്തിരം തൊട്ട് അപ്രധാനം

വരെയുള്ള കാര്യങ്ങൾ രേഖപ്പെടുത്തി ഒരു ചെക്ക്‌ലിസ്റ്റ് ഉണ്ടാക്കിക്കുക. ഓരോരോ കടമകൾ ഇത്ര സമയത്തിനകം ചെയ്തുതീർക്കണം എന്നതിൽ രേഖപ്പെടുത്തിയിരിക്കണം. ചെയ്യുന്ന മുറക്ക് ഓരോന്നിനും നേർക്ക് ശരി രേഖപ്പെടുത്താൻ പരിശീലിപ്പിക്കണം.

കുട്ടിക്ക് തെരഞ്ഞെടുക്കാനുള്ള അവസരം നൽകുക. കുട്ടിക്ക് ഗൃഹപാഠം ചെയ്യാനും സുഹൃത്തിന്റെ വീട്ടിൽ പോകാനും ഉണ്ടെന്നിരിക്കട്ടെ. ഏതാദ്യം ചെയ്യണമെന്ന് തീരുമാനിക്കാൻ അവസരം നൽകുക. പക്ഷേ ഓരോന്നിന്റെയും ഗുണവും ദോഷവും പറഞ്ഞുകൊടുക്കുക. ഗൃഹപാഠം ചെയ്തുപോയാൽ സുഹൃത്തിന്റെ വീട്ടിൽ കൂടുതൽ സമയം ചെലവഴിച്ച് ഡിന്നർ കഴിയുന്നത് വരെ നിൽക്കാമെന്നും ആദ്യം സുഹൃത്തിന്റെ വീട്ടിൽ പോവുകയാണെങ്കിൽ ഡിന്നറിന്റെ മുമ്പായി മടങ്ങേണ്ടിവരുമെന്നും പറയുക.

പിറ്റേന്ന് ചെയ്യാനുള്ള കാര്യങ്ങളുടെ ചെക്ക് ലിസ്റ്റ് ഉണ്ടാക്കിക്കുക. അതിലെ നിർബന്ധമായും ചെയ്യേണ്ട കാര്യങ്ങൾ മുൻഗണനയനുസരിച്ച് ടോപ്പ് ഫൈവിൽ പെടുത്തുക.

ഒരാളുടെ വിജയം എന്നുള്ളത് അയാൾ എങ്ങനെ സമയം ചെലവഴിക്കുന്നു എന്നുള്ളതിനെ ആശ്രയിച്ചിരിക്കുന്നു., ടൈം മാനേജ്മെന്റിന്റെ പിന്നിലുള്ള യഥാർഥസ്വഭാവമായ സ്വയം പാലിക്കുന്ന അച്ചടക്കം(സെൽഫ് ഡിസിപ്ലിൻ) ബുദ്ധിശക്തിയെക്കാളും (ഐക്യു) ഒരാളുടെ പഠനവിജയത്തെ സഹായിക്കുമെന്ന്ചില വിദഗ്ധപഠനങ്ങൾ പറയുന്നു. ഒരു സമയക്രമം, ഷെഡ്യൂളിനനുസരിച്ച് കാര്യങ്ങൾ മുന്നോട്ടുനീക്കാൻ ഒട്ടും കഴിവില്ലാത്ത സ്കൂൾ കുട്ടികൾക്ക് മുന്നോട്ടു പോകുന്തോറും, ഉത്തരവാദിത്തങ്ങളേറുന്തോറും പ്രശ്നങ്ങളാണ്. സമയം മാനേജ്മെന്റ് ചെയ്യാൻ ചിലകുട്ടികൾക്ക് പ്രകൃത്യാതന്നെ വാസനയുണ്ട്. പക്ഷേ ഭൂരിഭാഗം കുട്ടികളും അങ്ങനെയല്ല. എന്തൊക്കെയോ കാരണങ്ങളാൽ പെൺകുട്ടികൾക്ക് ഇക്കാര്യത്തിൽ നല്ല കഴിവുണ്ട്. ഒരു പക്ഷേ കോളേജുകളിലും സ്കൂളുകളിലും ആൺകുട്ടികളെക്കാൾ അവർ മുന്നിലെത്തുന്നതിന് കാരണം ഇതായിരിക്കാം. നിരന്തരം ശീലിപ്പിക്കുന്ന അഭ്യാസങ്ങളിലൂടെ നടക്കാൻ പഠിക്കുന്ന കുട്ടികളെ മുതൽ ടീനേജർമാർ വരെയുള്ളവർക്ക് ടൈംമാനേജ്മെന്റ് പാഠങ്ങൾ പഠിപ്പിക്കാൻ രക്ഷിതാക്കൾക്ക് സാധിക്കും. ഏതെങ്കിലും ഒരു പ്രവൃത്തി ഇന്ന സമയത്തിനകം ചെയ്തുതീർക്കണമെന്ന് അടിച്ചേൽപ്പിക്കുന്നതിൽ കാര്യമില്ല. കുട്ടിയുടെ ഉള്ളിൽ തന്നെ ഒരു അച്ചടക്കം ഉണ്ടാക്കുകയും സ്വയം കാര്യങ്ങൾ മാനേജ് ചെയ്യാനുള്ള

കഴിവ് അവരിൽ ഉണ്ടാക്കുകയുമാണ് പ്രധാനം. ഇനി കുട്ടികളെ ഇങ്ങനെയൊക്കെ ശീലിപ്പിച്ചിട്ടും കാര്യങ്ങൾ മുന്നോട്ടുനീങ്ങുന്നില്ലെങ്കിൽ തന്നെ കുട്ടികൾക്ക് മാപ്പുകൊടുക്കണം. മുമ്പറിയാത്ത ഒരു കാര്യം ആരും തന്നെ തുടക്കം മുതലേ ഭംഗിയായി ചെയ്യാൻ തുടങ്ങുന്നില്ലല്ലോ? ഒരു കൂട്ടം കഴിവുകളെ മെല്ലെ മെല്ലെ കുട്ടികളിൽ ഉണ്ടാക്കാനേ പറ്റൂ. ചെറിയ ചെറിയ കാര്യങ്ങൾ അവർ വിജയകരമായി പരിശീലിക്കുന്നതനുസരിച്ച് അൽപം കൂടി ബുദ്ധിമുട്ടുള്ള കാര്യങ്ങൾ ശീലിപ്പിച്ചുകൊണ്ടേയിരിക്കാം. കാര്യക്ഷമതയുള്ള കുട്ടികളാക്കി വളർത്തുന്നു വെന്നതിന്റെ പേരിൽ അവരിൽ സമ്മർദം അടിച്ചുകയറ്റാൻ പാടില്ല. സംഘാടനശേഷിയും ടൈം മാനേജ്മെന്റും ചെറുപ്രായത്തിലേ കുട്ടികളെ പഠിപ്പിക്കാൻ ഈ പറയുന്ന കാര്യങ്ങൾ ചെയ്തുനോക്കൂ. ഇവയോരോന്നും തമാശകളാണ്, കുട്ടികളെയെന്തെങ്കിലും പഠിപ്പിക്കുകയാണെന്ന് അവർക്ക് തന്നെ തോന്നില്ല.

**ബോഡിബ്യൂട്ടിഫുൾ:** സ്കൂളിൽ പോകുന്നതിനുമുമ്പുള്ള അല്ലെങ്കിൽ നഴ്സറി സ്കൂളിൽ പഠിക്കുന്ന കുട്ടികൾക്ക് വേണ്ടിയുള്ള കളികളാണിത്. പല്ല് തേക്കുക, കുളിക്കുക, മുഷിഞ്ഞ വസ്ത്രങ്ങൾ തൂക്കിയിടുക തുടങ്ങിയ കാര്യങ്ങൾ ചെയ്തുതീർക്കാൻ ചിത്രങ്ങളോ എഴുത്തോ ഉപയോഗിച്ച് സമയം ക്ലിപ്തപ്പെടുത്തിയുള്ള ഒരു ചാർട്ട് കുളിമുറിയിൽ അല്ലെങ്കിൽ സമീപത്തായി തൂക്കുക.

ഫാമിലി ടൈംലൈൻ നല്ല നീളത്തിലുള്ള ഒരു കടലാസ് ഉണ്ടാക്കി കുടുംബത്തിലെ, അല്ലെങ്കിൽ അവരുടെ ജീവിതത്തിലെ പ്രധാനപ്പെട്ട സംഭവങ്ങൾ രേഖപ്പെടുത്തിവെക്കാൻ ആവശ്യപ്പെടുക. കുട്ടികൾക്ക് എഴുതാനറിയില്ലെങ്കിൽ അവരിൽ നിന്ന് കേട്ട് നിങ്ങൾ എഴുതിക്കൊടുക്കുക.

ടിവി ടൈം കൺട്രോൾ. കുട്ടികളുടെയും മുതിർന്നവരുടെയും സമയം ഒരുപാട് അപഹരിക്കുന്ന ഒന്നാണ് ടിവി. ഓരോ ആഴ്ചയിലെയും ടിവി പരിപാടികൾ വിലയിരുത്തി ഏതൊക്കെ പരിപാടികളാണ് കുട്ടിക്ക് കാണേണ്ടതെന്ന് തീരുമാനിക്കുക. ആ പരിപാടികളും സമയവും രേഖപ്പെടുത്തി ഒരു പുസ്തകത്തിൽ ടിവിക്ക് സമീപം വെക്കുക. കുട്ടി ടിവി കാണലിന് വല്ലാതെ അടിമപ്പെട്ടുപോയിട്ടുണ്ടെങ്കിൽ ഓരോ ആഴ്ചയായി ടിവി കാണുന്ന സമയം കുറച്ചുകൊണ്ടുവരിക. ടിവിയുടെ മുന്നിൽ എത്രസമയം കുട്ടി ചെലവഴിക്കുന്നുണ്ടെന്ന് കുട്ടിക്ക് തന്നെ ഒരു ധാരണകിട്ടും. ഒരു പക്ഷേ ടിവിക്കു മുന്നിൽ ചടഞ്ഞിരിക്കുന്നത് കുറച്ച് മറ്റുള്ള കാര്യങ്ങളിലും കളികളിലും ഏർപ്പെടാൻ കുട്ടിക്കു

സാധിക്കും.

ടൈംടേബിൾ. സ്കൂൾ വിട്ടുവന്നശേഷമുള്ള മണിക്കൂറുകൾ എങ്ങനെയെന്ന് രേഖപ്പെടുത്തി നൽകുക. ഉദാഹരണത്തിന് കളി കഴിഞ്ഞു വന്നാൽ 6.30ന് മേശ വൃത്തിയാക്കുക, 7 മണിക്ക് എ

ളുപ്പമുള്ള പാഠങ്ങൾ പഠിക്കാൻ തുടങ്ങുക 7.30 ന് ഗൃഹപാഠം

ചെയ്യാൻ ആരംഭിക്കുക, 8 ന് കടുപ്പമുള്ള പാഠങ്ങൾ പഠിക്കാൻ തുടങ്ങുക എന്നിങ്ങനെ. കുട്ടിയെ ക്ലോക്ക് നോക്കുന്നത് ശീലിപ്പിക്കാൻ ഇതിലൂടെ കഴിയും.

ഹോംവർക്ക് ഹെൽപ്പർ: തിങ്കൾ മുതൽ വെള്ളി വരെ ചെയ്യാനുള്ള അസൈൻമെന്റുകൾ രേഖപ്പെടുത്തിയുള്ള ഒരു ചാർട്ട് ഉണ്ടാക്കി ഓരോന്നും കഴിഞ്ഞാൽ ടിക്ക് ചെയ്യാൻ ശീലിപ്പിക്കുക. ഓരോന്നും കഴിഞ്ഞാൽ കുട്ടിക്ക് പണി തീർത്ത ആശ്വാസം ചെറിയ തോതിലുള്ള ഒരു സെൻസ് ഓഫ് അചീവ്മെന്റ് തോന്നും. ഒരു സമയത്തിനകം കാര്യങ്ങൾ എങ്ങനെ ചെയ്തുതീർക്കണമെന്ന് കുട്ടികൾ പഠിക്കുന്നു.

# പഠനം, പഠനമുറി, ഗൃഹപാഠം

കുട്ടികൾക്ക് പഠിക്കാനായി ഒരു മുറി ആവശ്യമുണ്ടോ? ഭൂമിക്ക് വിലകൂടി, വീടും പറമ്പും 'നാനോ' ആയിക്കൊണ്ടിരിക്കുന്ന ഈ കാലത്ത് കുട്ടികൾക്കായി ഒരു പഠനമുറി എന്നുള്ളത് എത്ര

ത്തോളം സാധ്യമാണ്? അങ്ങനെ ഒരു മുറി കുട്ടികളുടെ പഠന ത്തിന് എത്രത്തോളം ഉപകാരപ്രദമാണ്? അടുക്കളമേശയിലോ ടിവിയുടെ മുമ്പിലോ ഇരുന്ന് കുട്ടിക്ക് പഠിക്കാനും ഗൃഹപാഠം ചെയ്യാനും പറ്റില്ലേ? വിളക്കുകാലിന്റെ ചുവട്ടിൽ നിന്ന്, മണ്ണെണ്ണ വിളക്കിന്റെ അരണ്ടപ്രകാശത്തിൽ നിന്ന് പഠിച്ചവർ പ്രതിഭക ളായിട്ടില്ലേ? നമ്മുടെ കുട്ടികൾ എത്രത്തോളം പ്രതിഭകളാണെന്ന് തീർപ്പുകൽപ്പിക്കാൻ ഈ നിമിഷം നമുക്ക് സാധ്യമാവാത്തതിനാൽ, നിങ്ങളുടെ സാമ്പത്തികവും കുടുംബപരവുമായ ചുറ്റുപാടുകൾ അനുവ ദിക്കുന്നുണ്ടെങ്കിൽ ഒരു മുറി നഷ്ടമല്ല.

ഏതെങ്കിലും ഒരു മുറിയിൽ ഒരു മേശ വലിച്ചിട്ടാൽ പഠനമുറിയാ കില്ല. കുട്ടിയുടെ പ്രായം, വ്യക്തിത്വം, ആവശ്യം, കുടുംബസാഹചര്യം എന്നിവ ഇക്കാര്യത്തിൽ കണക്കിലെടുക്കണം. കുട്ടിയുടെ പഠനത്തെ നിങ്ങൾ എങ്ങനെ കാണുന്നു എന്നതിന്റെ പ്രതിഫലനമാണ് കുട്ടിക്ക് നിങ്ങൾ ഒരുക്കിക്കൊടുക്കുന്ന പഠനമുറി. ആ മുറിയിൽ നല്ല വായുസഞ്ചാരവും വെളിച്ചവും ഉണ്ടായിരിക്കണം. വെളിച്ചം എത്ര വേണമെന്നുള്ളത് കുട്ടിയുടെ ഓരോ സമയത്തെയും ആവശ്യത്തെ അനുസരിച്ചിരിക്കുന്നു. കണക്ക് ചെയ്തുപഠിക്കുമ്പോൾ നല്ല വെളിച്ചം വേണ്ട കുട്ടിക്ക് ഒരു എസ്സേ എങ്ങനെ രൂപപ്പെടുത്തണമെന്ന് തലപുകച്ചുകൊണ്ടിരിക്കെ അത്ര വെളിച്ചം വേണ്ട. അതേസമയം വെളിച്ചം നന്നേകുറഞ്ഞാൽ കുട്ടി ഉറങ്ങിപ്പോകാൻ സാധ്യതയുണ്ട്.

ച്ചൂട്ടും തണുപ്പും മിതമായതായിരിക്കണം. ആയാസം തോന്നാത്ത ഉയരമുള്ളതായിരിക്കണം മേശയും കസേരയും. പുസ്തകങ്ങളും മറ്റു സാമഗ്രികളും വെക്കാൻ തട്ടുകളും വലിപ്പുകളും ഉണ്ടായിരിക്കണം. കുട്ടി പഠിക്കുന്നസമയത്ത് ശ്രദ്ധ തെറ്റിക്കുന്ന കാര്യങ്ങൾ പഠനമുറിക്കു സമീപം സംഭവിക്കരുത്. ടിവി, സ്റ്റീരിയോ, ഫോൺ എന്നിവ പഠന മുറിയിൽ ഇല്ലാതിരിക്കു

ന്നതാണ് നല്ലത്. കുട്ടി പഠിക്കുന്നതും വിശ്രമിക്കുന്നതുമായ കാര്യം കുട്ടിയിൽ നിന്നുതന്നെ മനസ്സിലാക്കി കുട്ടിയെ കൊച്ചുകാര്യങ്ങൾക്കായി ശല്യപ്പെടുത്താതിരുന്നാൽ പഠനം കാര്യപ്പെട്ട സംഗതിയാണെന്ന് കുട്ടിക്ക് മനസ്സിലാകാൻ വേറൊന്നും വേണ്ട. ശാസ്ത്രീയസംഗീതം കേൾക്കുന്നത് ഏകാഗ്രതക്കും സർഗാത്മകതക്കും നല്ലതാണെന്ന് കാലിഫോർണിയ സർവകലാശാലയിലെ സെന്റർ ഓഫ് ന്യൂറോ ബയോളജി ആന്റ് മെമ്മറിയിൽ നടന്ന പഠനങ്ങൾ പറയുന്നു. എന്നിരുന്നാലും നമ്മുടെ കുട്ടികൾക്ക് ശാസ്ത്രീയസംഗീതം എത്രത്തോളം ഇഷ്ടമാവുമെന്ന് കണ്ടുതന്നെ അറിയണം.

# ഗൃഹപാഠം

മിക്കവാറും കുട്ടികൾക്ക് സാമാന്യം വെറുപ്പുണ്ടാകുന്ന ഒരു സംഗതിയാണ് ഗൃഹപാഠം ചെയ്യൽ. പക്ഷേ അധ്യാപകരെ സംബന്ധിച്ചിടത്തോളം ക്ലാസിൽ പഠിപ്പിക്കപ്പെട്ട പാഠങ്ങൾ കുട്ടിയുടെ മനസ്സിൽ ആഴത്തിൽ പതിപ്പിക്കാനുള്ള ഒരു രീതിയാണിത്. അതിലുപരി കുട്ടി എന്തു പഠിച്ചു എന്ന് അധ്യാപകർക്ക് അറിയാനുള്ള മാർഗവും. രക്ഷിതാക്കൾ വിചാരിച്ചാൽ ഗൃഹപാഠം ഒരു വെറുപ്പില്ലാത്ത സംഗതിയാക്കാൻ സാധിച്ചേക്കും. പഠനകാലത്തുടനീളം, ചിലപ്പോൾ പഠനമൊക്കെ കഴിഞ്ഞ് മുതിർന്നാലും പലതരത്തിലുള്ള ഹോംവർക്കുകൾ ചെയ്യേണ്ടിവരുമെന്ന് കുട്ടികളെ ബോധ്യപ്പെടുത്തിയേ തീരൂ. ഗൃഹപാഠം ചെയ്യാൻ ഒരു സമയം നിർണയിച്ചു കൊടുക്കുക. സ്കൂൾ വിട്ടുവന്നാൽ അൽപനേരം നെടുവീർപ്പിടാനും കൂട്ടുകാരൊത്ത് കളിക്കാനും ലഘുഭക്ഷണം കഴിക്കാനും അനുവദിക്കുക. അതിനുശേഷം ഒരുസമയം ഗൃഹപാഠം ചെയ്തുതീർക്കാനായി നിർണയിച്ചുകൊടുക്കുക. ഓരോ കുടുംബത്തിനും അനുയോജ്യമായ സമയമായിരിക്കണം ഓരോ കുട്ടിക്കും നിർണയിച്ചുകൊടുക്കേണ്ടത്. നേരത്തെ സൂചിപ്പിച്ച വിധത്തിലുള്ള ഒരു പഠനമുറിയാണ് അതിനു പറ്റിയത്. ശ്രദ്ധതെറ്റിക്കുന്ന എന്തെല്ലാം കാര്യങ്ങൾ നിങ്ങൾക്ക് ഒഴിവാക്കാൻ പറ്റുമോ അത്രയും കുട്ടിക്ക് ഏകാഗ്രത കിട്ടും. ടിവി, റേഡിയോ എന്നിവ ഓഫാക്കുക. ഗൃഹപാഠം ചെയ്യാൻ വേണ്ട എല്ലാ കാര്യങ്ങളും പെൻസിൽ, കടലാസ്, നിഘണ്ടു എന്നിവ കുട്ടിയുടെ ചാരത്തുതന്നെയുണ്ടെന്ന് ഉറപ്പാക്കുക. എന്നിട്ട് കുട്ടിയുടെ സമീപത്ത് തന്നെയിരിക്കുക. തുടക്കത്തിൽ കുട്ടിയോടൊപ്പമിരുന്ന് അസൈൻമെന്റുകളെന്തൊക്കെയുണ്ടെന്ന് ഒന്ന് കണ്ണോടിച്ചു നോക്കുക. അതെങ്ങനെ ചെയ്യാമെന്നുള്ളതിനുള്ള വഴികൾ പറഞ്ഞുകൊടുക്കുക.

അതിനാവശ്യമായ വസ്തുക്കൾ ശേഖരിച്ചുകൊടുക്കുക. നിർദേശങ്ങളും ആശയങ്ങളും നൽകുക. നിങ്ങൾ ഒരിക്കലും ഗൃഹപാഠം ചെയ്തുകൊടുക്കരുത്. അവർ ശരിക്കും ബുദ്ധിമുട്ടുന്നുണ്ടെങ്കിൽ സമാനമായ മറ്റൊരു പ്രോബ്ലം നിങ്ങൾ തന്നെയുണ്ടാക്കി സോൾവ് ചെയ്യുക. എന്നിട്ട് കുട്ടിയെ തനിയെ ചെയ്യാൻ വിടുക. പൂർത്തിയാക്കിക്കഴിഞ്ഞാൽ, പൂർത്തിയാക്കിയതിനെ റിവ്യൂ ചെയ്യുക. പരിശ്രമിച്ചതിൽ ആത്മാർഥമായി അഭിനന്ദിക്കുക. അതേസമയം ഒരിക്കലും അവർ ചെയ്തതിനെ തിരുത്താൻ ശ്രമിക്കരുത്.

# പഠനം

ജീവിതകാലം മുഴുക്കെ പഠിക്കണമെന്ന് അവർക്കുതോന്നിപ്പിക്കാനുള്ള ഒരു വഴി നിങ്ങൾ തന്നെ അതിനായുള്ള ശ്രമങ്ങൾ നടത്തുകയെന്നതാണ്. നിങ്ങൾ വായന ആസ്വദിക്കുന്നുണ്ടെന്ന് കുട്ടി അറിയട്ടെ. പ്രദേശത്തിന്റെ ചരിത്രം അറിയാനുള്ള യാത്രകളിൽ, ലൈബ്രറിയിലേക്കുള്ള സന്ദർശനത്തിൽ അവരെ കൂടെ കൂട്ടുക. നിങ്ങൾ പഠിക്കുന്ന കാര്യങ്ങളെ കുറിച്ച് അവരോട് സംസാരിക്കുക. പുതിയകാര്യങ്ങൾ പഠിക്കുന്നതിൽ നിങ്ങൾക്കുള്ള ആഹ്ളാദം അവർ കണ്ടുപഠിക്കട്ടെ.

കുട്ടിയുടെ അധ്യാപകരുമായി നിരന്തരസമ്പർക്കത്തിലേർപ്പെടുക. കുട്ടി നന്നായിപ്പഠിക്കുന്നുണ്ടെങ്കിൽ പോലും അങ്ങനെ ചെയ്യുക. നിങ്ങൾക്കുള്ള സംശയങ്ങൾ അധ്യാപകനോട് ചോദിച്ചറിയുക, അധ്യാപകന്റെ ഉപദേശങ്ങൾ കേൾക്കുക. നിങ്ങളുടെ കുട്ടിക്ക് ഒരു ട്യൂട്ടറെ ആവശ്യമുണ്ടെങ്കിൽ അതിന്പറ്റിയ ഒരാളെ നിർദേശിച്ചു തരാൻ അധ്യാപകനോട് ആവശ്യപ്പെടുക. രക്ഷിതാക്കളല്ലാത്ത ആരെങ്കിലും ട്യൂട്ടറിംഗ് നടത്തുമ്പോൾ കുട്ടികൾ അത് കുറെക്കൂടി കാര്യത്തിലെടുക്കുന്നു. പഠിക്കുന്നതിനോട് നിങ്ങളുടെ കുട്ടികളിൽ ഒരു പോസിറ്റീവ് സമീപനം വളർത്തിയെടുക്കാൻ നിങ്ങൾക്കാവുന്നുണ്ടെങ്കിൽ ഗൃഹപാഠം ചെയ്യുന്ന സമയം കൂടുതൽ ആസ്വാദ്യകരമാക്കാൻ പറ്റും. കുട്ടിയുടെ പഠനകാര്യത്തിൽ ആവുന്നിടത്തോളം മുഴുകുക. ആവശ്യമുണ്ടെങ്കിൽ മറ്റുള്ളവരിൽ നിന്ന് സഹായം തേടാൻ മടിക്കരുത്. കുട്ടികൾ ജീവിതകാലം മുഴുവൻ ആസ്വദിച്ച് പഠിക്കുന്ന ശീലമുണ്ടാക്കാൻ നിങ്ങൾക്ക് കഴിയും. പുതിയ കാര്യങ്ങൾ, ഗണിതത്തിലെ ഒരു സമവാക്യം, പുതുതായി പഠിച്ച ഒരു ഭാഷയിലെ ഏറ്റവും കട്ടപ്പമേറിയ ഒരു വ്യാകരണതത്വം എന്നിവ പഠിച്ചെടുക്കുമ്പോൾ

നിങ്ങൾക്ക് തോന്നിയ ആനന്ദം നിങ്ങൾക്കോർമയുണ്ടായിരിക്കും.

ഏതെങ്കിലും ഒരു വിഷയം പഠിച്ചെടുത്തതിലെ ആനന്ദം ആരിലും ആത്മവിശ്വാസം നിറക്കും. നിങ്ങൾക്കും അങ്ങനെ തന്നെ, നിങ്ങളുടെ കുട്ടിക്കും അങ്ങനെ തന്നെ. കുട്ടിക്ക് താല്പര്യമുള്ള വിഷയങ്ങൾ താല്പര്യമുള്ള സമയത്ത് പഠിക്കാൻ അനുവദിക്കുക. ഒരു വിഷയം ഏതു വിധത്തിൽ പഠിക്കുമോ ആ വിധത്തിൽ ചെയ്യാൻ കുട്ടിയെ അനുവദിക്കുക. പഠനം മനസ്സിന്റെ ശീലമാണ്. പഠിക്കുന്നതിനെ എങ്ങനെ ചിന്തിക്കാമെന്ന് ഒരിക്കൽ കുട്ടി ശീലിച്ചുകഴിഞ്ഞാൽ, പഠിക്കുന്നതിന് വേണ്ട തന്ത്രങ്ങൾ കുട്ടി താനേ ചെയ്യും. അധികവായനക്കുള്ള പുസ്തകങ്ങളും ഇന്റർനെറ്റും സാക്ഷരരായ രക്ഷിതാക്കളും ഇല്ലാതിരുന്ന കാലത്ത്, എന്തിന് ടെക്സ്റ്റുബുക്കുകൾ പോലും വിരളമായിരുന്നകാലത്ത് കുട്ടികൾ അത് നടപ്പിൽ വരുത്തിയിട്ടുണ്ട്.

## എല്ലാ പരീക്ഷയിലും കുട്ടി തോൽക്കുന്നു.

കുട്ടികളുടെ മേൽ ഇന്നുള്ള സമ്മർദം വളരെയേറെയാണ്. സ്കൂളുകളിൽ തിരിച്ചെത്തിയതുപോലെയാണ് രക്ഷിതാക്കളും. ഗുണകങ്ങളും ദശാംശവും ഭൂപടങ്ങളും ശാസ്ത്രത്തിന്റെ അടിസ്ഥാനഭാഗങ്ങളും അവർ വീണ്ടും വീണ്ടും പഠിക്കുന്നു. കുട്ടിയെ പഠിപ്പിക്കുന്നു. അലറിയും യാചിച്ചും പ്രീണിപ്പിച്ചും ട്യൂഷൻ ക്ലാസ്സുകൾക്കയച്ചും അവർ കുട്ടിയിൽ പഠിക്കാനായി ബലം ചെലുത്തുന്നു.

അവന് നല്ല ബുദ്ധിയുമുണ്ട്. വീട്ടിൽ വെച്ച് എല്ലാ പാഠഭാഗങ്ങളിൽ നിന്നുമുള്ള എല്ലാ ചോദ്യങ്ങൾക്കും അവന് ഉത്തരമുണ്ടെന്ന് റിവിഷന് കൂടെയിരുന്നപ്പോൾ നിങ്ങൾ കണ്ടറിഞ്ഞതാണ്. പക്ഷേ പരീക്ഷാഫലങ്ങൾ എപ്പോഴും മറിച്ചാണ്. ഒരു ചികിത്സയും ഫലിക്കുന്നില്ല. അങ്ങനെയുള്ള കേസുകളിൽ കുട്ടികൾക്ക് പരീക്ഷാപ്പേടിയുണ്ടെന്ന് മനസ്സിലാക്കണം. നന്നായി തയ്യാറെടുപ്പ് നടത്തിയ കുട്ടികളുടെ മനസ്സ് പോലും ശൂന്യമായ ഉത്തരക്കടലാസ് കാണുമ്പോൾ ശൂന്യമായിപ്പോവുന്നു. വെറും പേടി കാരണം കുട്ടി പഠിച്ചതെല്ലാം മറന്നുപോവുകയോ എന്ന് മിക്ക രക്ഷിതാക്കളും ആശ്ചര്യപ്പെടുന്നു.

## തലച്ചോറിനും ഷോർട്ട് സർക്യൂട്ട്

ഈ പേടിക്ക് ചില ഗവേഷകർ നൽകുന്ന മനശാസ്ത്രപരമായ വിശദീകരണംഇങ്ങനെയാണ്: ഒരു കുട്ടി പരീക്ഷക്കായി തയ്യാറെടുക്കുമ്പോൾ വിവരങ്ങളെല്ലാം ഹ്രസ്വകാല ഓർമയിലാണ് ശേഖരിക്കപ്പെടുന്നത്. ഈ ഹ്രസ്വകാല ഓർമയെ നിയന്ത്രിക്കുന്ന തലച്ചോറിലെ ഭാഗം

വികാരങ്ങളുടെയും കേന്ദ്രമാണ്. അതിനാൽ പരീക്ഷക്കിടയിൽ ഒരു കുട്ടി ഭയപ്പെടുന്നതുമൂലമുള്ള വികാരവിക്ഷോഭങ്ങൾ, ഹ്രസ്വകാല മെമ്മ റിയിൽ നിന്നുള്ള വിവരങ്ങൾ കടലാസിലേക്ക് പകർത്തുന്നതിനെ തടസ്സപ്പെടുത്തുന്നു.

## തെറ്റായ രീതിയിൽ പഠിക്കുമ്പോൾ.

ചിലപ്പോൾ തെറ്റായ ഒരു രീതിയിലൂടെ കുട്ടി വിഷയങ്ങൾ പഠി ക്കുന്നതായിരിക്കും പ്രശ്നം. ഉദാഹരണത്തിന് കുട്ടി സ്പെല്ലിംഗ് പഠിക്കുന്നത് ഉച്ചത്തിൽ ആവർത്തിച്ചുരുവിട്ടുകൊണ്ടായിരിക്കും. പക്ഷേ ഉത്തരക്കടലാസിലെ ഫിൽ ഇൻ ദ് ബ്ലാൻക്സ് കാണുമ്പോൾ കുട്ടിക്ക് ഓർമയിൽ ഒന്നും വരില്ല. അത്തരം സാഹചര്യങ്ങളിൽ ഒരു എഴുത്തുപരീക്ഷ വീട്ടിൽ നടത്തിപരിശോധിക്കാവുന്നതാണ്.

## രക്ഷിതാക്കളുടെ സമ്മർദം

ഒരു ധാരണയുമില്ലാതെ കുട്ടികളിൽ സമ്മർദമുണ്ടാക്കി, അവർക്ക് മെച്ചപ്പെട്ടരീതിയിൽ കാര്യങ്ങൾ ആവിഷ്കരിക്കാൻ കുട്ടികൾക്ക് അവസരം നൽകാത്തവരാണ് ചില രക്ഷിതാക്കൾ. കുട്ടി ചോദ്യപ്പേ പ്പറിലെ ഒരു വരി പോലും കാണുന്നതിനു മുമ്പ് തന്നെ, തങ്ങളുടെ പ്രതീക്ഷക്കൊത്ത് കുട്ടി ഉയരില്ലെന്ന് സദാ വേവലാതിപ്പെടുന്ന തരത്തിലുള്ള രക്ഷിതാക്കൾ. രക്ഷിതാക്കളുടെ ഈ വേവലാതി കുട്ടി കളുടെ ഏകാഗ്രതയെ കെടുത്തിക്കളയുകയും പരീക്ഷകളിലെ മോശം പ്രകടനത്തിന് കാരണമായിത്തീരുകയും ചെയ്യുന്നു.

പരീക്ഷക്ക് വളരെയധികം പ്രാധാന്യം കൊടുക്കാതിരിക്കാൻ രക്ഷിതാക്കൾ ശ്രമിക്കണം. ശരിയാണ് പരീക്ഷ പ്രധാനം തന്നെയാണ്. പക്ഷേ നിങ്ങളുടെ പേടി കാരണം കുട്ടി മര്യാദക്ക് പരീക്ഷയെഴുതുന്നില്ലെങ്കിൽ അതുകൊണ്ടെന്ത് പ്രയോജനം? എന്തെങ്കിലും പഠിച്ചോ എന്നറിയാൻ അധ്യാപകർക്കുള്ള ഒരു മാർഗം മാത്രമാണ് പരീക്ഷ എന്ന വിധത്തിൽ കാണാൻ കുട്ടികളെ പ്രേരി പ്പിച്ചുനോക്കൂ. അടുത്ത പരീക്ഷയിൽ നല്ലരീതിയിൽ പാസാവുമെന്ന് ഉറപ്പാണെന്ന് അവരോട് പറഞ്ഞുനോക്കൂ.

ചില കുട്ടികൾക്ക് ഒട്ടും ആത്മവിശ്വാസമുണ്ടാവില്ല. ഒട്ടും 'പഠിയു ന്നില്ലെ'ന്ന ധാരണയിൽ പാഠഭാഗങ്ങൾ വീണ്ടുംവീണ്ടുമാവർത്തിച്ച് പഠിക്കും. അങ്ങനെ നന്നായി തയ്യാറെടുപ്പ് നടത്തിയാൽ പോലും പരീക്ഷക്കിടയിൽ എന്തെഴുതണമെന്ന് കുട്ടിക്ക് ആശയക്കുഴപ്പമുണ്ടാ കും. ഏതാനും ചിലചോദ്യങ്ങൾക്ക് ഉത്തരം പെട്ടെന്ന് മനസ്സിൽ

വരാത്ത ഒറ്റക്കാരണത്താൽ ഒന്നും തനിക്കറിയില്ലെന്ന് ഉറപ്പിച്ച്, മറ്റുചോദ്യങ്ങൾക്കുള്ള ഉത്തരം ഓർമിച്ചെടുക്കാൻ കഴിയുമോയെന്ന് ശ്രമിച്ചുപോലും നോക്കാതെ എളുപ്പത്തിൽ പരാജയത്തെ വരിക്കുന്ന ഇവർ.

മറ്റു ചിലകുട്ടികൾ ടീനേജ് ആകുമ്പോഴേക്ക് വേറെ ചില ചിന്തകളിൽ അകപ്പെടും. പരീക്ഷക്കായി കഠിനാധ്വാനം ചെയ്ത് പഠിക്കുന്നത് അത്ര നല്ല ഫാഷനബിൾ ആയ കാര്യമായ അവർക്ക് തോന്നുന്നില്ല. അതിന്റെ ഭാഗമായി പഠനം അവസാനനിമിഷത്തേക്ക് മാറ്റിവെക്കുന്നു. സ്വാഭാവികമായും ഇത് ബേജാറുണ്ടാക്കുന്നു. കുട്ടികൾ ഒരു രാത്രികൊണ്ട് വിവരങ്ങൾ ഒപ്പിയെടുക്കുമെന്ന് രക്ഷിതാക്കൾ ഒരിക്കലും പ്രതീക്ഷിച്ചുകൂടാ. പരീക്ഷയുടെ ഷെഡ്യൂൾ കലണ്ടറിൽ രേഖപ്പെടുത്താൻ കുട്ടികളെ പ്രേരിപ്പിക്കുക എന്നുള്ളതാണ് ഇത്തരം കുട്ടികൾക്കുള്ള മരുന്ന്. പരീക്ഷക്ക് എത്രദിവസമുണ്ടാവുമെന്ന് നിങ്ങൾക്കും അവർക്കും മനസ്സിലാവും. കലണ്ടറിൽ കുട്ടികൾനോക്കുമോയെന്നുള്ളത് മറ്റൊരു കാര്യമാണ്.

# കുട്ടികൾക്കിടയിൽ തുല്യനീതി

പക്ഷപാതത്തോടെ പെരുമാറുന്നുവെന്ന് ഒരുപാട് രക്ഷിതാക്കളെ കുറിച്ച് കുട്ടികൾക്ക് പരാതിയുണ്ട്. തന്റെ നേർക്ക് ചാടിക്കയറുന്ന രക്ഷിതാവ് ഇളയ സഹോദരനോടോ സഹോദരിയെയോ ഒന്നും ചെയ്യുന്നില്ലെന്ന് ഒരു കുട്ടിക്ക് തോന്നാം. ചേച്ചിക്ക് എന്നെക്കാൾ പോക്കറ്റ് മണി നൽകുന്നു, അനുജനെ അവന്റെ സുഹൃത്തിന്റെ വീട്ടിൽ തങ്ങാൻ അനുവദിക്കുന്നു, തല്ലുകൂടുമ്പോൾ ഡാഡി എപ്പോഴും അവന്റെ ഭാഗത്ത് കൂടുന്നു തുടങ്ങിയ നിരവധി പരാതികൾ മിക്കവാറും എല്ലാ കുട്ടികൾക്കും കാണും.

മനസ്സാക്ഷിയോടെ, പക്ഷപാതമില്ലാതെ, എല്ലാകുട്ടികളെയും ഒരുപോലെ കരുതണമെന്ന ഉദ്ദേശത്തോടെയാണ് തുടക്കത്തിൽ എല്ലാ രക്ഷിതാക്കളും പെരുമാറുന്നത്. എല്ലാവർക്കും ഒരേരീതിയിലുള്ള സമ്മാനങ്ങൾ നൽകുന്നു. ഏതെങ്കിലും ഒരുകുട്ടിയോട് കൂടുതലായി ദേഷ്യപ്പെടാതിരിക്കാൻ എല്ലാരക്ഷിതാക്കളും ബോധപൂർവം തന്നെ ശ്രമിക്കുന്നു. എന്നാലും അവരുടെ മികച്ച ശ്രമമുണ്ടായിട്ടും തങ്ങൾ അവഗണിക്കപ്പെടുന്നുവെന്ന്, തങ്ങൾക്ക്

കൂടുതൽ ശിക്ഷ കിട്ടുന്നുവെന്ന് കുട്ടികൾ പരാതി പറഞ്ഞുകൊണ്ടേയിരിക്കുന്നു. എവിടെയാണ് കുഴപ്പം.?

മക്കൾക്കിടയിൽ പരിപൂർണമായ നിഷ്പക്ഷതയും തുല്യതയും പാലിക്കുകയെന്നുള്ളത് അങ്ങേയറ്റം മാതൃകാപരമായിരിക്കെ തന്നെ എല്ലായ്പ്പോഴുംഅതങ്ങനെ സാധിച്ചുകൊള്ളണമെന്നില്ല. കുട്ടികൾ നേർക്കുനേരെ അക്കാര്യം ചോദ്യം ചെയ്യുമ്പോൾ മാതാപിതാക്കൾക്ക് അതിൽ കുറ്റബോധം തോന്നേണ്ടതില്ല. മാത്രമല്ല എല്ലാകാര്യവും വസ്തുനിഷ്ഠമായി വിലയിരുത്തി, സദാ നിഷ്പക്ഷത പുലർത്തുകയെന്നത്

മനുഷ്യജീവിക്ക് അസാധ്യമാണ്. ഒരു സന്ദർഭത്തെ

തെറ്റായി വിലയിരുത്തി ആവശ്യത്തിലേറെ പ്രതികരിക്കുകയെന്നത് മനുഷ്യപ്രകൃതമാണ്.

പട്ടാളത്തിലെ സൈനികരെ അച്ചടക്കം പഠിപ്പിക്കുന്നത് പോലെയല്ല കുട്ടികളെ വളർത്തൽ. ഓരോ കുട്ടിക്കും വ്യത്യസ്തമായ മനോനിലകളാണുള്ളത്. ചില കുട്ടികളോട് സംസാരിക്കാനും പറഞ്ഞുമനസ്സിലാക്കാനും എളുപ്പമാണ്. പിടിവാശിക്കാരോടും കുരുത്തംകെട്ടവരോടും അൽപം കടുപ്പിച്ച് പെരുമാറേണ്ടിവരും. മറ്റുവിധത്തിലൊക്കെ അച്ചടക്കം നടപ്പിലാക്കാൻ ശ്രമിച്ച് പരാജയപ്പെട്ടുമ്പോൾ മറ്റൊരു വഴിയില്ല.

അതിനാൽ തുല്യനീതി എന്നുള്ള നിലപാട് കുട്ടികളോട് ചെയ്യുന്ന അനീതിയാണ്. ആവശ്യത്തിനും അർഹതക്കുമനുസരിച്ചും ചിലകുട്ടികൾ ചിലപ്പോൾ പ്രത്യേകസമ്മാനത്തിനും പ്രത്യേകാവകാശങ്ങൾക്കും അർഹനാണ് എന്നുവരാം. തുല്യനീതിയുടെ പേരിൽ നിങ്ങൾ അതവർക്ക് നിഷേധിക്കുമ്പോൾ അവഗണിക്കപ്പെട്ടതായി അവർക്ക് തോന്നും.

കുട്ടികൾ തമ്മിലുള്ള അടിയിലോ തർക്കത്തിലോ നിഷ്പക്ഷത പാലിക്കുകയെന്നുള്ളത് വളരെയധികം ബുദ്ധിമുട്ടുള്ള കാര്യമാണ്. കാരണം എന്താണ് സംഭവിച്ചതെന്നോ ആരാണ് തുടങ്ങിയതെന്നോ ആരാണ് അവസാനിപ്പിച്ചതെന്നോ നിങ്ങൾക്കറിയില്ല. ഓരോ കുട്ടിയും അവരുടേതായ വാദങ്ങൾ അവതരിപ്പിക്കും. ആരുടെ വാദമായിരിക്കും സത്യമെന്ന് നിങ്ങൾക്ക് മനസ്സിലാക്കിയെടുക്കാൻ കഴിഞ്ഞെന്ന് വരില്ല. നിങ്ങൾക്കു യോജിച്ചതായി തോന്നുന്ന ഒരു നടപടി വേണ്ടിവരും. ഏതെങ്കിലും ഒരു കുട്ടിക്ക് അനീതി അനുഭവപ്പെട്ടുമെന്ന് കരുതി ഒരു നടപടിയുമെടുക്കാതിരിക്കരുത്. അങ്ങനെ പ്രവർത്തിക്കുമ്പോൾ എന്തെങ്കിലും അനീതി സംഭവിച്ചുപോയാൽ പിന്നീട് എല്ലാവരോടും നല്ല സ്നേഹം കാട്ടി അതിന് പരിഹാരം ചെയ്യുക.

# കുട്ടികളും പണത്തിന്റെ വിലയും

വണമോ? അങ്ങനെയൊരു സംഗതി തന്നെ ലോകത്തില്ലെന്ന മട്ടിൽ പെരുമാറാതിരിക്കുക. നിങ്ങൾക്ക് എത്ര വരുമാനമുണ്ട് എന്ന് കുട്ടി ചോദിക്കുകയാണെങ്കിൽ ആ സാഹചര്യം ശരിക്ക് മുതലാക്കുക. നിങ്ങൾ എത്രസമയം അധ്വാനിച്ച് എത്ര പണം ഉണ്ടാക്കുന്നു, എത്ര നികുതിയായി പോകുന്നു, വീട്ടുചെലവിന് എത്ര പോകുന്നു എന്നൊക്കെ വിശദമായിതന്നെ പറഞ്ഞുകൊടുക്കുക. ഇക്കാര്യങ്ങളൊക്കെ മനസ്സിലാക്കാനുള്ള പ്രായം കുട്ടിക്കായിട്ടില്ലെങ്കിൽ പോലും സാമ്പത്തിക കാര്യങ്ങളെ കുറിച്ച് ഒരു പൊടി ധാരണ കുട്ടിക്ക് കിട്ടിയിട്ടുണ്ടാവും.

കുട്ടി ആവശ്യപ്പെടുന്ന കാര്യം ഉടനടി വാങ്ങിക്കൊടുക്കരുത്. കടകളിൽ കുട്ടികൾക്കുള്ള ഉല്പന്നങ്ങൾ കുട്ടികളുടെ ഉയരത്തിലായിരിക്കും സൂക്ഷിച്ചിരിക്കുക. നിങ്ങൾ ഷോപ്പിംഗ് നടത്തുമ്പോഴായിരിക്കും കുട്ടി ഒരു ചോക്കലേറ്റിന് ആവശ്യപ്പെടുക. വഴങ്ങരുത്. മറ്റുള്ള കുട്ടികൾക്കുള്ള മുഴുവൻ സംഗതികളും എന്തു കഷ്ടപ്പെട്ടിട്ടാണെങ്കിലും തന്റെ കുട്ടിക്കും സംഘടിപ്പിച്ചുകൊടുക്കും എന്നുള്ള രീതി നന്നല്ല. പണം ചെലവിട്ട് കുട്ടി ആവശ്യപ്പെട്ട വസ്തു വാങ്ങിക്കൊടുത്ത് സന്തോഷിപ്പിക്കുക എന്നുള്ളത് മാതാപിതാക്കളെന്ന നിലയിൽ നാം സാധാരണ ചെയ്തുപോകുന്ന കാര്യങ്ങളാണ്.

മികച്ച ബ്രാൻഡിലുള്ള വസ്തുക്കളേ കുട്ടികൾക്ക് വാങ്ങിക്കൊടുക്കുയെന്ന വാശി ഉപേക്ഷിക്കുക. കാരണം കുട്ടികളെ ലക്ഷ്യം വെച്ചുള്ള ബ്രാൻഡുകൾ കളിപ്പാട്ടങ്ങൾ, ന്യൂഡിൽസ്, മിഠായികൾ, സോഫ്റ്റ്ഡ്രിങ്കുകൾ മിക്കതും ടിവി പരസ്യങ്ങളിലൂടെയാണ് കുട്ടികളുടെ മനസ്സിൽ കയറുന്നത്. യുപി സ്കൂളിൽ പഠിക്കുന്ന നിങ്ങളുടെ കുട്ടി രണ്ടായിരം

രൂപയുടെ ഷർട്ടേ ധരിക്കൂ എന്ന് നിർബന്ധിക്കുയാണെങ്കിൽ കുറച്ച് കഷ്ടമാണ്. അതിനുപകരമായി മുന്നൂറും നാനൂറും രൂപ വിലയുള്ളത് വാങ്ങിശീലിപ്പിക്കുക. പലപ്പോഴും രണ്ടും തമ്മിൽ വ്യത്യാസമുണ്ടാ യിരിക്കില്ല. അത് യുക്തിപൂർവം പറഞ്ഞുധരിപ്പിക്കുക.

സമപ്രായക്കാർ ഉപയോഗിക്കുന്ന ഇലക്ട്രോണിക്സ് ഉപകര ണങ്ങൾ, വസ്ത്രങ്ങൾ, കളിപ്പാട്ടങ്ങൾ എന്നിവ ഉപയോഗിക്കാനുള്ള സമ്മർദം കൗമാരക്കാരിൽ ശക്തമാണ്. ഒരു പക്ഷേ നിങ്ങൾക്കവ വാങ്ങിക്കൊടുക്കാനും പറ്റിയേക്കും. പക്ഷേ അതേരീതിയിലുള്ള ഒരു ലൈഫ്സ്റ്റൈൽ കുട്ടികളെ ശീലിപ്പിക്കുന്നത് കുട്ടികളെ കേടുവരു ത്തും. അവർക്ക് ഭാവിയിൽ ആ കാര്യങ്ങൾ തുടരാനാവാതെ വരും.

മറ്റുള്ള കുട്ടികൾക്ക് അതുണ്ട് ഇതുണ്ട് എന്ന നിലയിൽ കുട്ടികൾ നിങ്ങളോട് വാശിപിടിക്കാൻ വരികയാണെങ്കിൽ നിങ്ങളുടെ സമ്പാ ദ്യവും വരുമാനവും ഇത്രയാണെന്നും കുട്ടിയുടെ ഭാ

വിപഠനത്തിന് ചെലവഴിക്കാൻ ഉദ്ദ്യേശിച്ചിരിക്കുന്നത് ഇത്ര യാണെന്നും പറയുക. മോടികാട്ടാൻ നടക്കുന്നതിനേക്കാൾ മുന്തിയ കാര്യങ്ങൾ ജീവിതത്തിലുണ്ടെന്നും തുറന്നുപറയുക. എന്നിട്ടും അവർ വാശിപിടിക്കുകയാണെങ്കിൽ വേണമെങ്കിൽ നിങ്ങൾ അവർക്കുനൽ കിയ പോക്കറ്റുമണിയിൽ നിന്ന് ചെലവാക്കാൻ പറയുക.

ഇത്തരം സാഹചര്യങ്ങൾ നേരിടുക എന്നുള്ളത് തീർച്ചയായും ബുദ്ധിമുട്ടുള്ള കാര്യമാണ്. നിങ്ങളുടെ കുട്ടിക്ക് നിങ്ങൾക്ക് കിട്ടാത്ത മികച്ച അവസരങ്ങളും ജീവിതവും ഒരുക്കിക്കൊടുക്കണമെന്ന് നിങ്ങൾക്കുണ്ടാവും. പക്ഷേ കുട്ടികൾക്ക് എന്തും അവരാഗ്രഹിക്കുന്ന അളവിൽ നൽകുക എന്ന നയം സ്വീകരിക്കരുത്. എന്തും ചോദിക്കു ന്ന വേളയിൽ കിട്ടണം എന്ന ഒരു ബോധം കുട്ടിയിൽ വളർത്തുക യാണ് നിങ്ങൾ ചെയ്യുന്നത്. ഞാനെന്തിനാണ് എന്റെ കുട്ടിക്കിത് വാങ്ങുന്നത്? അവരുടെ സ്കൂൾ പഠനത്തിന്റെ കാര്യത്തിൽ ഇതവരെ സഹായിക്കുമോ? അവരുടെ എന്തെങ്കിലും കഴിവുകൾ ഇതുകൊണ്ട് വർധിക്കുമോ? മറ്റുള്ളകുട്ടികൾക്ക് മുമ്പിൽ ഞെളിയാൻ മാത്രമാണോ അവരിത് ഉപയോഗിക്കുക? രണ്ട് ദിവസം കൊണ്ട് ഇത് നശിപ്പിച്ച് വേറൊരു സാധനം കുട്ടി ആവശ്യപ്പെടുമോ? തുടങ്ങിയ കാര്യങ്ങൾ കുട്ടികൾക്ക് വേണ്ടി ഓരോ സംഗതികൾ വാങ്ങുന്നവേളയിലും ചിന്തി ക്കുക. പറ്റുമെങ്കിൽ കുട്ടികളോട് തന്നെ ചോദിക്കുക. തീർച്ചയായും നിങ്ങളുടെ കുട്ടി മികച്ച വസ്തുക്കളും സേവനങ്ങളും അർഹിക്കുന്നുണ്ട്. പക്ഷേ നിങ്ങൾ നിങ്ങളുടെ കീശ പരിശോധിക്കണം. ആവശ്യപ്പെട്ട

നല്ല വസ്തുക്കൾ ക്ഷണം കൊണ്ട് കുട്ടിക്ക് നൽകുമ്പോൾ, പൂതിവെച്ച് കാത്തിരുന്ന് കിട്ടുമ്പോഴുള്ളതിന്റെ സന്തോഷം നിങ്ങൾ കുട്ടിക്ക് നിഷേധിക്കുകയാണ്. ഓരോ വസ്തുവിന്റെയും യഥാർഥവില, അല്ലെങ്കിൽ അത് സംഘടിപ്പിക്കാൻ രക്ഷിതാക്കൾ എത്ര അധ്വാനിക്കണം എന്നൊക്കെയുള്ള ധാരണ കുട്ടികൾക്ക് നഷ്ടപ്പെടാൻ നിങ്ങളുടെ ധാരാളിത്തം കാരണമാകും.

ദുർച്ചെലവ് കൊണ്ട് കുട്ടി എന്തെങ്കിലും അബദ്ധങ്ങൾ കാണിച്ചുപോയാൽ ഉടനെ ഓടിയെത്തി കുട്ടിയെ അതിൽ നിന്ന് രക്ഷിക്കാൻ ഏതൊരു രക്ഷിതാവിനും തോന്നും. പക്ഷേ അങ്ങനെ ചെയ്യുന്നതിന്റെ പ്രത്യാഘാതങ്ങൾ എന്താണെന്ന് ശരിക്കും ആലോചിച്ചുനോക്കുക. ഉദാഹരണത്തിന് നിങ്ങൾ ഒരാഴ്ചത്തേക്കുള്ള ചെലവിനായി നൽകിയ പോക്കറ്റ്മണി ഒരുപാട് ചോക്കലേറ്റോ വിലപിടിപ്പുള്ള ഒരു കളിപ്പാട്ടമോ വാങ്ങി കുട്ടി ഒറ്റയടിക്ക് നൽകിയെന്ന് കരുതുക. ഒരിക്കലും അതേ തുക തന്നെ വീണ്ടും നൽകി അവരെ രക്ഷിച്ചേക്കരുത്. ആർഭാടത്തോടെ, ബുദ്ധിയുപയോഗിക്കാതെ പണം ചെലിടുന്നതിന്റെ ദോഷം അവർ അനുഭവിച്ചുതന്നെ പഠിക്കണം. ഒരുപക്ഷേ സമാനമായ മറ്റൊരു പ്രശ്നത്തിൽ ചെന്നുചാടുന്നതിനെ അത് രക്ഷിക്കും. നിങ്ങൾ ഒരു എടിഎം ആണെന്ന് കുട്ടിക്ക് തോന്നിക്കരുത്. പോക്കറ്റുമണിയുടെയോ സ്കൂൾഫീസിന്റെയും ഉദ്ദേശവും അർഥവും എന്താണെന്ന് കുട്ടിക്ക് മനസ്സിലാക്കിക്കൊടുക്കുക. എത്ര കാലത്തോളം ഇതൊക്കെയുണ്ടാവും എന്നും പറഞ്ഞുകൊടുക്കുക.

പിന്നെ കുട്ടികൾക്ക് നിഷേധിച്ച ഒരു ആർഭാടത്തിന്റെ ഇരട്ടി നിങ്ങളുടെ മറ്റൊരനാവശ്യത്തിനായി ചെലവഴിക്കുന്നു എന്ന് വിചാരിക്കുക. അക്കാര്യത്തിൽ രക്ഷിതാക്കൾക്ക് ഒരുറച്ച നിലപാടില്ല എന്നാണ് നിങ്ങൾ നൽകുന്ന സൂചന. നിങ്ങളുടെ നിർദേശങ്ങളെ അവഗണിക്കാൻ അവർക്കതൊരു പ്രേരണയാവും. മമ്മിക്കും ഡാഡിക്കും അതാവാമെങ്കിൽ എനിക്കെന്തുകൊണ്ടു പാടില്ല എന്നവർ ചിന്തിക്കും. നിങ്ങൾ കുട്ടികൾക്ക് പഠിപ്പിച്ചതിൽ നിന്ന് വ്യത്യസ്തമായി നിങ്ങൾ തന്നെ നീങ്ങാൻ നിർബന്ധിതനാവുകയാണെങ്കിൽ, എന്തുകൊണ്ട് അങ്ങനെ വേണ്ടിവന്നു എന്ന കാര്യം വിശദീകരിച്ചുകൊടുക്കുക.

മുന്തിയ സ്വാശ്രയ സ്കൂളിലോ കോളജിലോ ചേർക്കാൻ കുട്ടി ആവശ്യപ്പെടുന്നുണ്ടെങ്കിൽ നിങ്ങൾക്ക് കഴിയുമെങ്കിൽ മാത്രം അക്കാര്യം ഏറ്റെടുക്കുക. സർക്കാർ കോളജുകളിലും

യൂണിവേഴ്സിറ്റികളിലും ചേരുകയാണെങ്കിൽ ട്യൂഷൻഫീസും ഹോസ്റ്റൽഫീസും മാത്രം നൽകാനേ വഴിയുള്ളൂ എന്നു പറയുക. സർക്കാർ സംവിധാനത്തിൽ മെറിറ്റ് സീറ്റിൽ കയറിപ്പറ്റുകയാണെങ്കിൽ ലഭിക്കുന്ന പ്രസ്റ്റീജിനെയും സാമ്പത്തികലാഭത്തെയും ഊന്നിപ്പറയുക. നിങ്ങളുടെ പരിധിക്ക് പുറത്തുള്ള കാര്യമാണെങ്കിൽ, സ്കോളർഷിപ്പിന് അപേക്ഷിക്കാൻ പറയുക.

# കുട്ടികളിലെ പൊണ്ണത്തടിയും രക്ഷിതാക്കളും

കുട്ടികളിലെ പൊണ്ണത്തടി അവർക്കും രക്ഷിതാക്കൾക്കും ഒരുപാട് മാനസികപ്രശ്നങ്ങളുണ്ടാക്കും. പ്രമേഹം, ഹൃദ്രോഗം, ധമനികളിൽ രക്തം കട്ടം പിടിക്കൽ, ഉറക്കക്കുറവ്, ഉദരരോഗങ്ങൾ തുടങ്ങി മുതിർന്നവർക്കുണ്ടാകുന്ന എല്ലാ പ്രശ്നങ്ങളും പൊണ്ണത്തടി കൊണ്ട് കുട്ടികൾക്കുണ്ടാകും. പൊണ്ണത്തടിയുള്ള കുട്ടികൾ മുതിർന്നാലും പൊണ്ണത്തടിയൻമാരാകാനുള്ള സാധ്യത വളരെയധികമാണെന്ന് കഴിഞ്ഞ നാല്പത് വർഷം നടന്ന പഠനങ്ങൾ സൂചിപ്പിക്കുന്നു. പക്ഷേ ഇക്കാര്യങ്ങളൊക്കെ നിയന്ത്രണത്തിൽ കൊണ്ടുവരാൻ രക്ഷിതാക്കൾക്ക് കഴിയുമെന്നതാണ് സന്തോഷകരമായ വസ്തുത.

അമിതവണ്ണവും മാനസികസമ്മർദവും പരസ്പരം സഹായിക്കുന്ന കാര്യങ്ങളാണ്. അമിതവണ്ണമുള്ളവർക്ക് അതിന്റെ പേരിൽ മാനസികസമ്മർദം ഉണ്ടാവും. മാനസികസമ്മർദമുള്ളവരിൽ കോർട്ടിസോൾ എന്ന ഹോർമോൺ അമിതമായി ഉദ്പാദിപ്പിക്കപ്പെടും. കാർബോഹൈഡ്രേറ്റുകൾ അമിതമായി അടങ്ങിയ ഭക്ഷണം കഴിക്കാനുള്ള ഒരു പ്രലോഭനം അതിന്റെ ഫലമായി ഉണ്ടാകുന്നു. അമിതവണ്ണമുള്ള കുട്ടി സ്കൂളിലും കടയിലും വീട്ടിലും മറ്റുള്ളവർക്ക് പരിഹസിക്കാനുള്ള കഥാപാത്രമാണ്. കുട്ടിക്ക് ആത്മവിശ്വാസം നഷ്ടപ്പെടും. അതിനെ മറികടക്കാനായി എന്തെങ്കിലും കുരുത്തക്കേടുകളിൽ കുട്ടി ഏർപ്പെടും.

രക്ഷിതാക്കൾ സ്വന്തം ശരീരഭാരത്തെ നിരീക്ഷിച്ചുകൊണ്ടിരിക്കണം. മൂന്ന് വയസ്സിൽ താഴെയുള്ള കുട്ടിക്ക് അമിതഭാരമുണ്ടെങ്കിലും രക്ഷിതാവിന് അമിതഭാരമില്ലെങ്കിൽ കുട്ടിയുടെ പൊണ്ണത്തടി നിയന്ത്രണത്തിൽ വരുത്താം. ഒരു രക്ഷിതാവിനെങ്കിലും

പൊണ്ണത്തടിയുണ്ടെങ്കിൽ കുട്ടിക്ക് മുതിർന്നാൽ പൊണ്ണത്തടിയുണ്ടാകാനുള്ള സാധ്യത ഇരട്ടിയാണ്.

കുട്ടികളെ അനുനയിപ്പിക്കാനുള്ള മാർഗങ്ങളിലൊന്നായി രക്ഷിതാക്കൾ ഭക്ഷണത്തെ കരുതാതിരിക്കുക. രക്ഷിതാക്കളായ നാം തന്നെ ആരോഗ്യകരമായ ഭക്ഷണശീലങ്ങളിലേർപ്പെടുക. ചേരുവകളെന്തെന്നറിയാത്ത, അമിതരുചിയുള്ള, എരിവും മധുരവും ഉള്ള ഭക്ഷണങ്ങളോട് എപ്പോഴും ഒരു ഇഷ്ടക്കേട് കാണിക്കുക.

അവധിദിനങ്ങളിൽപോലും വീട്ടിൽ ചടഞ്ഞിരുന്ന് വീഡിയോ ഗെയിം സംവിധാനങ്ങൾക്കുമുമ്പിലും കമ്പ്യൂട്ടറുകൾക്കുമുമ്പിലും ടിവിക്കുമുമ്പിലും ചടഞ്ഞിരിക്കുന്ന കുട്ടികളെ കൂട്ടി പുറത്തെവിടെയങ്കിലും പോയി കളികളിലേർപ്പെടുക. ബോറടിക്കാതെ, കുടുംബത്തിലെ മുഴുവൻ പേർക്കും കളിക്കാവുന്ന നൂറുക്കണക്ക് കളികളുണ്ട്. ബാഡ്മിന്റൻ, വോളിബോൾ പോലുള്ള ചെറിയ സ്ഥലം ആവശ്യമുള്ള കളികൾക്ക് സ്ഥലമുണ്ടെങ്കിൽ വീട്ടുമുറ്റത്ത് തന്നെ സ്ഥലം ഉണ്ടാക്കുക, ഒട്ടും സ്ഥലമില്ലെങ്കിൽ വീട്ടിനകത്ത് ടേബിൾ ടെന്നീസ് കളിക്കാൻ സംവിധാനമുണ്ടാക്കുക, ഒഴിവുദിവസങ്ങളിൽ രാവിലെയും വൈകുന്നേരവും സൈക്കിളിലോ നടന്നോ ചുറ്റുവട്ടത്തേക്ക് ചെറിയ ട്രക്കിംഗ് സംഘടിപ്പിക്കുക എന്നിവ പരീക്ഷിച്ചു നോക്കാവുന്നതാണ്.

മറ്റൊരുമാർഗം കുപ്പികളിലും ടിന്നുകളിലും വരുന്ന അതിരുചിയുള്ള പലഹാരങ്ങൾ വീടുകളിൽ സൂക്ഷിക്കാതിരിക്കുക എന്നതാണ്. പക്ഷേ പോക്കറ്റ് മണി നൽകുന്ന കുട്ടികൾ അത് പുറത്തുനിന്ന് സംഘടിപ്പിക്കാനുള്ള സാധ്യതയുണ്ട്. പോക്കറ്റ് മണി തീരെ നൽകാതിരിക്കുക എന്നുള്ളത് ഒരു പരിഹാരമല്ല, ശക്തമായ ബോധവൽക്കരണം നടത്തിനോക്കുക.

പക്ഷേ പുറത്തുനിന്നുള്ള ഭക്ഷണമാണോ കുട്ടിയുടെ അമിതഭക്ഷണത്തിന് കാരണമാകുന്നതെന്ന് നാം ശരിക്കും ആത്മപരിശോധന നടത്തേണ്ടതുണ്ട്. എല്ലാ ഇൻസ്റ്റന്റ് ഫുഡുകളും സോഫ്റ്റ് ഡ്രിങ്കുകളും ഒരു തരത്തിലല്ലെങ്കിൽ മറ്റൊരുതരത്തിൽ ശരീരത്തിന് കേടാണ്.

പൊണ്ണത്തടിയുള്ള കുട്ടിയെ സ്നേഹിക്കുക. നിങ്ങൾ അവരെ സ്നേഹിക്കുന്നുണ്ടെന്ന് ബോധ്യപ്പെടുത്തുക. സ്നേഹം കിട്ടാതെ വളരുന്ന കുട്ടികളിൽ പൊണ്ണത്തടി കൂടുതലാണെന്ന് പഠനങ്ങൾ പറയുന്നു. കുട്ടി തിന്നുന്ന ഭക്ഷണത്തിന്റെ അളവ് ഒരിക്കലും നിരീക്ഷിക്കരുത്. ഇത് പറഞ്ഞ് കുട്ടിയെ ഭക്ഷണസമയത്ത്

അലോസരപ്പെടുത്താനും പാടില്ല. നിങ്ങളുടെ ഇടപെടലും വിലക്കലും കാരണം വിശപ്പ്, വയർ നിറയുക എന്നീ ആരോഗ്യപരമായ

തോന്നലുകൾ കുട്ടികളിൽ സ്വയം പ്രവർത്തിക്കാതാകും. അത്തരത്തിലുള്ള പെരുമാറ്റം കുട്ടിയിൽ സംഘർഷമുണ്ടാക്കും. ഭക്ഷണശീലങ്ങൾ കുട്ടിക്ക് ഒരിക്കലും സ്വയം നിയന്ത്രിക്കാനാവാത്ത അവസ്ഥ വരും. കുട്ടിയുടെ ശരീരഭാരത്തിലായിരിക്കരുത് നിങ്ങളുടെ ശ്രദ്ധ. മറിച്ച് മൊത്തത്തിലുള്ള ആരോഗ്യശീലങ്ങൾ പാലിച്ച് ജീവിക്കാൻ കുട്ടിയെ പ്രേരിപ്പിക്കുക. നല്ല ഭക്ഷണശീലങ്ങളും വ്യായാമവും കുട്ടിയെ ശീലിപ്പിക്കുക. ടിവി കാണുന്ന സമയം നിയന്ത്രിച്ചുനിർത്തുക. അമിതഭാരവും അമിതമായ ടിവി കാണലും തമ്മിൽ നല്ല ബന്ധമുണ്ട്. ടിവി കാണുമ്പോഴുള്ള വ്യായാമക്കുറവ്, അമിതതീറ്റ, ഉപാപചയക്കുറവ് എന്നിവയാണ് അതിനുകാരണം. പരസ്യങ്ങളിൽ കാണുന്ന പാനീയങ്ങളും ജങ്ക് ഫുഡും കുട്ടികളെ സ്വാധീനിക്കുമെന്നുള്ളതാണ് പരോക്ഷമായ മറ്റൊരുകാരണം.

# അനുമോദനവും അവഗണനയും

കുട്ടികളുടെ പെരുമാറ്റം രൂപീകരിക്കുന്നതിൽ നിർണായകപങ്കുണ്ട് അനുമോദനത്തിന്. രക്ഷിതാക്കളുടെ അംഗീകാരം ആഗ്രഹിച്ചാണ് കുട്ടികൾ രക്ഷിതാക്കളെ പ്രീതിപ്പെടുത്താൻ ശ്രമിക്കുന്നത്. പെരുമാറ്റത്തെ പ്രശംസിക്കുക, വ്യക്തിയെയല്ല എന്ന തത്വമാണ് കുട്ടികളെ പ്രശംസിക്കുമ്പോൾ പാലിക്കേണ്ട തത്വം. "നല്ല കുട്ടി" എന്ന പൊതുവായുള്ള പ്രയോഗം തെറ്റിദ്ധരിപ്പിക്കാൻ ഇടയുള്ളതു കൊണ്ട് അതിനെ ശരിക്കും നല്ല കുട്ടികൾക്കായി കരുതി വയ്ക്കാം.

ചില പ്രശംസകൾ ചില കുട്ടികളുടെ കാര്യത്തിൽ അമിതമായിപ്പോകാം. (ഞാൻ നന്നായി ഒരു കാര്യം ചെയ്തില്ല എന്നതിനർഥം ഞാൻ മോശമാണെന്നാണോ?) നല്ലത്, "നീ നിന്റെ മുറിയൊക്കെ വൃത്തിയാക്കിയത് നന്നായി. നല്ല തീരുമാനം". "ഈ ചിത്രത്തിൽ ഒരുപാടു നിറങ്ങൾ ഉപയോഗിച്ചത് എനിക്കിഷ്ടമായി." നിങ്ങളുടെ പ്രശംസ ഒരു പ്രത്യേക വിഷയത്തിലൂന്നിയുള്ളതാവുമ്പോൾ നിങ്ങൾ അവരെ ശ്രദ്ധിച്ചിട്ടുണ്ടെന്ന് കുട്ടി മനസിലാക്കും.

പെട്ടെന്നുള്ള വിദ്യയെന്ന നിലയിൽ "കൊള്ളാം", "ഒന്നുകൂടി മെച്ചപ്പെടാനുണ്ട്", "ഉം.. തരക്കേടില്ല" തുടങ്ങിയ പ്രയോഗങ്ങളുമാവാം. "എന്റെ പ്രകടനം അനുസരിച്ച് മാത്രമേ എന്നെ വിലയിരുത്തു" എന്ന ധാരണയ്ക്കു പകരം തന്റെ പ്രവർത്തനം പ്രശംസാർഹമാണ് എന്ന് കുട്ടിക്കു തോന്നാൻ അത് ഉപകരിക്കണമെന്നു മാത്രം. കുട്ടി എന്തു ചെയ്താലും ഗംഭീരൻ, ഉഗ്രൻ എന്നൊക്കെ പ്രശംസകൾ മാത്രം ചൊരിഞ്ഞാലും കുഴപ്പമാണ്. ഒന്നുകിൽ പ്രശംസകൾക്ക് അവൻ അടിമപ്പെടും, അല്ലെങ്കിൽ അവരെ 'സുഖിപ്പിക്കാൻ' രക്ഷിതാക്കൾ എന്തിനാണിത്ര കഷ്ടപ്പെടുന്നതെന്നും അവർക്കു തോന്നും. അവർ

അവർക്കുവേണ്ടി ചെയ്യുന്ന കാര്യങ്ങളെ, നിങ്ങൾ പ്രശംസിക്കണമെന്നില്ല, കണ്ടില്ലെന്നു നടിച്ചാലും കുഴപ്പവുമില്ല.

കുട്ടിയുടെ പ്രത്യേക സ്വഭാവങ്ങളെ കേന്ദ്രീകരിച്ചു തന്നെ 'പ്രശംസാവിദ്യ' പ്രയോഗിക്കുകയാണെങ്കിൽ നമുക്ക് സ്വാഭാവിക മാറ്റങ്ങൾ ദൃശ്യമാകും. കൂട്ടുകുടുംബങ്ങളിലാണെങ്കിൽ ചിലപ്പോൾ വാക്കുകളെക്കാൾ വില എഴുത്തുകൾക്കും സമ്മാനങ്ങൾക്കുമുണ്ടാകും.

പ്രശംസാ 'വിദ്യ' പയറ്റുമ്പോൾ ശ്രദ്ധിക്കുക. ഒരു ദിവസം നിങ്ങൾ കുട്ടികളെ എത്ര തവണ പ്രശംസിച്ചുവെന്ന് എഴുതിവയ്ക്കുക. എത്ര തവണ വിമർശിച്ചുവെന്നും അല്ലെങ്കിൽ ശകാരിച്ചുവെന്നും. വിമർശനമാണ് എണ്ണത്തിൽ കൂടുതലെങ്കിൽ നിങ്ങൾ പോകുന്നത് തെറ്റായ ദിശയിലാണെന്നോർക്കുക.

## കലർപ്പില്ലാതെ പ്രശംസിക്കുക

അർഹമായ അംഗീകാരം നല്കുക, പ്രശംസകൾ ചൊരിയാതിരിക്കുക. അധികമായാൽ ഓരോ കൈവിരൽ പൊക്കുമ്പോഴും അവർ കയ്യടി പ്രതീക്ഷിക്കും. അംഗീകരിക്കുകയെന്നത് നിഷ്പക്ഷമായ പ്രശംസയാണ്. പ്രകടനത്തിനുള്ള അംഗീകാരത്തെക്കാൾ അവർക്കു തന്നെയുള്ള അംഗീകാരം ലഭിക്കുന്നതാവും അവർക്ക് കൂടുതൽ ഇഷ്ടമാകുക.

കപടമായ പ്രശംസാവചനങ്ങൾ നല്കാതിരിക്കുക. കുട്ടികൾക്ക് അതു മനസിലാകും, അപ്പോൾ അവർ യഥാർഥ പ്രശംസകളെപ്പോലും സംശയിച്ചു തുടങ്ങും. പാത്രമറിഞ്ഞ് ഭിക്ഷ നല്കുകയെന്നു പറയുന്നതുപോലെ കുട്ടികളുടെ ഇംഗിതമറിഞ്ഞ് പ്രശംസകൾ ചൊരിയുക. പ്രശംസിക്കുന്നതിനു മുമ്പ് അവരുടെ ശരീരഭാഷ ശ്രദ്ധിക്കുക. "അച്ഛാ, നോക്കു ഞാൻ സ്കൂളിൽ വരച്ച ചിത്രം. എനിക്ക് എ ഗ്രേഡു കിട്ടി" എന്നു പറഞ്ഞാണ് കുട്ടി വരുന്നതെങ്കിൽ അവനോ അവളോ ഒരു നല്ല പ്രശംസ അർഹിക്കുന്നു. സ്കൂൾ ബാഗിൽ നിന്ന് കടലാസു വലിച്ച് അടുക്കളയിലെ മേശപ്പുറത്തിടുന്ന കുട്ടിയെ അതേ രൂപത്തിലാവരുതല്ലോ കൈകാര്യം ചെയ്യുന്നത്.

## അനുമോദനമെന്ന കല

അനുമോദനം നല്കാനും സ്വീകരിക്കാനും കുട്ടികളെ ശീലിപ്പിക്കുക. "നല്ല മിടുക്കൻ കുട്ടിയാണു നീ", "ഈ ഉടുപ്പിൽ നീ സുന്ദരിയായിരിക്കുന്നു" എന്നൊക്കെപ്പറയുക കണ്ണിന്റെയും ശരീരഭാഷയുടെയും യഥാവിധി പ്രയോഗം കൂടിയാവുമ്പോൾ കുട്ടികൾക്കു ശരിക്കും ഇഷ്ടമാകും. നിങ്ങളുടെ കുട്ടികൾ മറ്റൊരാളെ അനുമോദിക്കുന്നത്

കാണുമ്പോൾ, എങ്ങനെയാണ് അനുമോദിക്കേണ്ടതെന്ന് അവർ പഠിപ്പിച്ചതിന് നിങ്ങൾക്കും അഭിമാനിക്കാം.

സ്വയം മതിപ്പില്ലാത്ത കുട്ടികൾക്ക് അനുമോദനം നല്കാനും ലഭിക്കാനും പ്രയാസമാണ്. താൻ പറഞ്ഞാൽ അതിനെ മറ്റുള്ളവർ എങ്ങനെ കാണുമെന്നാലോചിച്ച് അവർ സമയം കളയും. മറ്റുള്ളവർക്ക് പ്രശംസിക്കാൻ മാത്രം തന്നിൽ ഒന്നും ഇല്ലല്ലോ എന്നും അവർ ആവലാതി കൊള്ളും. നിങ്ങൾ അത്തരക്കാരനാണെങ്കിൽ അനുമോദിക്കാനും അനുമോദനം സ്വീകരിക്കാനും സ്വയം പഠിക്കുക. എങ്കിലേ നിങ്ങൾക്ക് കുട്ടികൾക്ക് മാതൃകയാകാൻ കഴിയൂ.

സ്വയം അനുമോദിക്കുന്നതെങ്ങനെയെന്ന് നോക്കൂ. ആദ്യം "ഇന്നത്തെ കച്ചവടം ഞാൻ നന്നായി ചെയ്തു" എന്നു കുട്ടിയോട് പറയുക. "എന്റച്ഛാ ശരിക്കും? നന്നായീട്ടോ..." എന്ന് കുട്ടിയുടെ കമന്റ് കേൾക്കുമ്പോൾ "താങ്ക് യൂ മോളെ, അതു കേൾക്കാൻ നല്ല സുഖമുണ്ട്" എന്നു പറയുക. ഇത്തരം വാക്കുകൾ മക്കളിൽ നിന്ന് കേൾക്കാത്ത രക്ഷിതാക്കൾ കുറവായിരിക്കും. എന്നാൽ എന്താകും മറുപടി? ഒരു ദീർഘ നിശ്വാസം, കൂടിവന്നാൽ തോളിളക്കി ഒരു ചിരി അത്രയേ നാം കുട്ടികൾക്ക് തിരിച്ചുനൽകാറുള്ളൂ.

എന്നാൽ നിങ്ങളുടെ ആത്മവിശ്വാസം വളർത്താൻ ഇതേ കമന്റുകൾ ഉപയോഗിച്ചു നോക്കൂ. രക്ഷിതാക്കൾക്ക് അവരവരെക്കുറിച്ചുള്ള ചിത്രം, കുട്ടികളുടെ ആത്മവിശ്വാസത്തെയും അനുമോദന സ്വഭാവത്തെയും ബാധിക്കും.

## പ്രശംസയുടെ ദൂഷ്യങ്ങൾ

വേണ്ടിടത്ത് പ്രശംസിക്കുന്നത് പെരുമാറ്റ രൂപീകരണത്തിൽ പ്രധാനമാണെങ്കിലും അതിനുള്ള ഏകമാർഗം പ്രശംസ മാത്രമല്ല. ഒരു കണക്കിൽ അതൊരു ഉപരിപ്ലവ മാർഗമാണ്. പുറത്തുനിന്ന് പ്രോത്സാഹിപ്പിക്കുന്ന ഒരു മാർഗം. ശിക്ഷണമെന്നതിന്റെ പരമമായ ലക്ഷ്യം പക്ഷേ ആത്മശിക്ഷണമാണ് ഉള്ളിൽ നിന്നുള്ള ചോദനം. ഉയർന്ന ഗ്രേഡുകൾ വാങ്ങുന്നതിനെ നാം എപ്പോഴും പ്രശംസിക്കാറുണ്ട്. അത്തരത്തിൽ ഗ്രേഡുകൾ നേടുന്നത് വിജയത്തിലേക്കുള്ള ടിക്കറ്റാണെന്നുള്ള ആശയത്തിന് കുട്ടികളുടെ മനസ്സിൽ നാം തന്നെ വിത്തു പാകുകയും ചെയ്യുന്നു. കുട്ടികളുടെ പ്രോഗ്രസ് കാർഡു കണ്ടു ഞെട്ടുകയും രോമാഞ്ചം കൊള്ളുകയും ചെയ്യുന്ന രക്ഷിതാക്കൾ അവരുടെ കുട്ടികൾക്കുണ്ടാകുന്ന മനോവികാരത്തെ കാണാൻ കൂടി

ഒന്നു ശ്രമിച്ചു നോക്കണം. എപ്പോഴൊക്കെയാണ് പ്രശംസിക്കപ്പെടേണ്ടത് എന്ന് സ്വയം തിരിച്ചറിയാൻ കുട്ടികളെ പര്യാപ്തരാക്കുമ്പോഴാണ് പ്രശംസയുടെ ഏറ്റവും നല്ല ഫലമുണ്ടാകുന്നത്.

## നല്ല പെരുമാറ്റം പ്രതീക്ഷിക്കുക

കുട്ടികൾ അപ്രതീക്ഷിതമായതെന്തോ ചെയ്യുമെന്ന് നിങ്ങൾ പ്രതീക്ഷിക്കുന്നില്ലെന്നും നിങ്ങൾ പ്രതീക്ഷിക്കുന്നത് തന്നെയാണ് കുട്ടികൾ ചെയ്യുന്നതെന്നുമുള്ള സന്ദേശം മക്കൾക്കു നല്കുക. നിങ്ങളുടെ പ്രതീക്ഷകൾ പൂവണിയിക്കും വിധം പ്രോഗ്രാം ചെയ്യപ്പെടുന്നവരാണ് കുട്ടികൾ. ചിലപ്പോൾ, ചില 'ദുർനടപ്പുകൾ' മാറിക്കിട്ടാൻ നിങ്ങൾ ആകെ ചെയ്യേണ്ടത് നല്ലതു പ്രതീക്ഷിക്കുക എന്നതു മാത്രമായിരിക്കും. അവർ ശരിയായതു തന്നെ തെരഞ്ഞെടുക്കുമെന്ന് നിങ്ങൾക്ക് ഉറപ്പുണ്ടെന്നുള്ള മട്ടിൽ അവരെ കൈകാര്യം ചെയ്യുക. രക്ഷിതാക്കൾ അനുസരണ പ്രതീക്ഷിക്കുന്നില്ലെങ്കിൽ സ്വാഭാവികമായും അവർക്കത് ലഭിക്കുകയുമില്ല.

## ചിലത് അവഗണിക്കുക

കുടുമ്പോൾ ഇമ്പമുള്ളതാക്കി കുടുംബത്തെ തീർക്കാൻ, വിവേകികളായ രക്ഷിതാക്കളെന്ന നിലക്ക് ചെറിയ ചെറിയ പല കാര്യങ്ങളും നാം കണ്ടില്ലെന്നു നടിക്കണം. മനുഷ്യരെയോ മൃഗങ്ങളെയോ വസ്തുക്കളെയോ അലോസരപ്പെടുത്തുന്ന എന്നാൽ ഉപദ്രവിക്കാത്ത പെരുമാറ്റങ്ങൾ, തിരുത്ത് വരുത്തിയില്ലെങ്കിലും വലിയ സംഭവമായി മാറാത്ത കാര്യങ്ങൾ നാം അവഗണിക്കുക തന്നെ വേണം. ഇത്തരം കുട്ടിത്തരങ്ങൾ, ചെറിയ കാര്യങ്ങൾ എന്നിവ വളർന്ന് പക്വതയെത്തുമ്പോൾ താനേ മാറിക്കൊള്ളും. മാത്രവുമല്ല രക്ഷിതാവിന്റെ കടമകളുടെ അതിർത്തികളെക്കുറിച്ച് മക്കൾക്ക് ബോധ്യപ്പെടാൻ ഇത്തരം അവഗണിക്കലുകൾ ഗുണം ചെയ്യും.

ആവശ്യമായ പെരുമാറ്റങ്ങളെ അംഗീകരിക്കുമ്പോൾ മാത്രമേ അനാവശ്യമായവയെ അവഗണിക്കുന്നത് ഫലം ചെയ്യാറുള്ളൂ. അത്തരം പരിശീലനങ്ങൾ പ്രായപൂർത്തിയായവരുടെ സംഭാഷണങ്ങളിൽ ഇടപെടുന്നത് പോലെയുള്ള കാര്യങ്ങളിൽ നിന്ന് അവരെ അകറ്റി നിർത്തും. അവഗണിക്കേണ്ടത് കുട്ടികളെയല്ല; അവരുടെ പെരുമാറ്റ ദൂഷ്യത്തെയാണെന്ന് മറക്കുകയുമരുത്.

കുട്ടികളുടെ വളർച്ചയുടെ ആദ്യഘട്ടത്തിൽ തന്നെ ഇത്തരം ചില കാര്യങ്ങൾ അവഗണിക്കാനോ, കണ്ടില്ലെന്ന് നടിക്കാനോ

രക്ഷിതാക്കൾ ശീലിക്കുന്നത് നല്ലതാണ്. വളർന്നു വരുമ്പോൾ ഈ രീതി പ്രയോഗിക്കേണ്ട അവസരങ്ങൾ ഏറി വരികയും ചെയ്യും.

## തെരഞ്ഞെടുപ്പും പ്രത്യാഘാതങ്ങളും

തിരഞ്ഞെടുപ്പിനുള്ള അവസരം പ്രത്യാഘാതങ്ങൾ കൂടിയുണ്ടാക്കുന്നതാണെന്ന് കുട്ടികളെ പഠിക്കാൻ അനുവദിക്കുക. ഏതൊരുകാര്യവും തെരഞ്ഞെടുക്കുന്നതു മൂലമുണ്ടാകുന്ന പ്രത്യാഘാതങ്ങൾ കുട്ടികൾ തന്നെ അനുഭവിച്ചറിയുകയാണ് ആത്മശിക്ഷണത്തിനുള്ള ഏറ്റവും ഫലപ്രദമായ മാർഗം. യഥാർഥജീവിതത്തിൽ നിന്നുള്ള പാഠമായതു കൊണ്ട് ജീവിതാന്ത്യം വരെ അവരിൽ അത് നിലനിൽക്കും.

ബുദ്ധിപൂർവമായ തിരഞ്ഞെടുപ്പുകൾ നടത്തിയാണ് ജീവിതത്തിൽ പലരും വിജയിച്ചത്. ഒരു കാര്യം ചെയ്യുന്നതിന് മുമ്പ് അതിന്റെ വരുംവരായ്കകൾ ആലോചിക്കാനും യോജിച്ച തീരുമാനമെടുക്കാനും കുട്ടികളെ പഠിപ്പിക്കുകയും പ്രാപ്തരാക്കുകയും വേണം.

# കുട്ടികളിൽ വായനാശീലം ഉണ്ടാക്കുന്നതെങ്ങനെ

കുട്ടികൾ നല്ല ഒഴുക്കോടെയും കാര്യക്ഷമതയോടെയും വായിക്കുന്നില്ലായെന്നുള്ളത് മിക്ക രക്ഷിതാക്കളുടെയും പരാതികളിലൊന്നാണ്. വായന എന്നാൽ മനസ്സിലാക്കുക എന്നാണെന്ന് രക്ഷിതാക്കൾ മനസ്സിലാക്കുകയാണ് വേണ്ടത്.

വായനയിൽ തങ്ങൾ മോശമാണെന്ന് സ്വയം കരുതുന്ന കുട്ടികൾ ശരിയായ രീതിയിൽ മികച്ച ഉച്ചാരണത്തോടെ വാക്കുകൾ ഉരുവിടുന്ന കാര്യത്തിൽ കൂടുതൽ ശ്രദ്ധ ചെലുത്തുന്നു. എല്ലാവാക്കുകളും ശരിയായി പറയുകയാണ് വായനയെന്ന് അവർ ധരിക്കുന്നു. എഴുതിയതു പോലെ ഉരുവിടുക എന്നുള്ളത് പ്രധാനം തന്നെയാണ്. പക്ഷേ അർഥം ഉൽപാദിപ്പിക്കുകയാണ് വായനയുടെ പ്രധാനലക്ഷ്യം. മുതിർന്നവർ പോലും വായിക്കുന്ന മുഴുവൻ വാക്കുകളും ശരിയായി ഉരുവിടുന്നില്ലെന്ന് മനസ്സിലാക്കുക. വായനയുടെ ലക്ഷ്യം കുറേക്കൂടി ഉയർന്നതാണ്. സൌണ്ട്സിംബൽ ബന്ധങ്ങൾ (ഫോണിടിക്സ്) സിൻടാക്സ് (ഗ്രാമർ), സെമാന്റിക്സ് (അർഥം) എന്നിവയെ മേളനം ചെയ്തുപയോഗപ്പെടുത്തി പാഠം അല്ലെങ്കിൽ ടെക്സ്റ്റിനെ മനസ്സിലാക്കുന്ന ശേഷി വികസിപ്പിച്ചെടുക്കുന്നതിനെയാണ് വായനാശീലം വർധിപ്പിക്കുക എന്ന് ചുരുക്കത്തിൽ പറയുന്നത്.

## മുതിർന്നവർ എങ്ങനെയാണ് വായിക്കുന്നത്?

ഒഴുക്കോടെ വായിക്കുന്ന മുതിർന്നവരെന്ന നിലയിൽ നാമൊരിക്കലും ടെക്സ്റ്റിനെ പൂർണമായും ഉച്ചരിച്ചല്ല വായിക്കുന്നത്. പകരം വായിക്കുന്ന ടെക്സ്റ്റിലെ ചെറിയ സാമ്പിൾ നോക്കി നമുക്ക് നേരത്തെ അറിയാവുന്ന പശ്ചാത്തലവിവരങ്ങളുടെ ബലത്തിൽ, ചിത്രങ്ങളെയും

അടിക്കുറിപ്പുകളെയും തലക്കെട്ടുകളെയും ഉപയോഗപ്പെടുത്തി, നമ്മുടെ പൊതുവായ മുന്നനുഭവങ്ങളെയും വായിക്കുന്നതിന്റെ ഉദ്ദേശത്തെയും പരിഗണിച്ചും ആലോചിച്ചുമാണ് മുതിർന്നവരുടെ വായന. ഈ ഘടകങ്ങളുടെയൊക്കെ അടിസ്ഥാനത്തിൽ ടെക്സ്റ്റ് എന്താണ് പറയുകയെന്നതിനെ കുറിച്ചുള്ള ഒരു മുൻധാരണ നമുക്കുണ്ടാവും. ഈ അവസ്ഥയെത്താൻ ടെക്സ്റ്റിന്റെ അൽപം മാത്രം വായിക്കേണ്ടതായുള്ളൂ. അങ്ങനെ നാമത് വായിക്കുന്നത് തുടരുന്നു. ഉദാഹരണത്തിന് 'മലയിൽ നിന്ന് നദികൾ പൊട്ടിയൊഴുകാൻ തുടങ്ങി' എന്ന് വായിക്കുമ്പോഴേക്കും 'താഴ്വാരത്തിൽ വെള്ളപ്പൊക്കമുണ്ടായി' എന്ന് നാം ഊഹിക്കാൻ തുടങ്ങും. കാരണം മേൽപ്പറഞ്ഞ ഘടകങ്ങളുടെയൊക്കെ അടിസ്ഥാനത്തിൽ കാര്യങ്ങളൊക്കെ നമുക്ക് വ്യക്തതയോടെ ബോധ്യപ്പെടാൻ തുടങ്ങിയിരിക്കുന്നു.അതേ സമയം 'തലയിൽ നിന്ന് നദികൾ പൊട്ടിയൊഴുകാൻ തുടങ്ങി' എന്നു വായിക്കാൻ തുടങ്ങുമ്പോൾ നമ്മുടെ ഊഹങ്ങളും ധാരണകളുമൊക്കെ തെറ്റാൻ തുടങ്ങുന്നു. അപ്പോൾ ബോധ്യപ്പെടാൻ വേണ്ടി നാം ആ വാചകം വീണ്ടും വായിക്കുന്നു. അല്ലെങ്കിൽ പരിചയമില്ലാത്ത വാക്യഘടനയോ ശൈലിയോ സങ്കൽപമോ മനസ്സിലാക്കിയെടുക്കുന്നതിനായി വായന തുടരുന്നു. ഒരു മുതിർന്ന വായനക്കാരൻ ഇത്രയും പ്രക്രിയകളിലൂടെ കടന്നുപോകുന്നത് ഏതാനും നിമിഷങ്ങൾക്കുള്ളിലാണ്.

നാമൊക്കെ ചെയ്യുന്ന ഉരുവിട്ട് വായിക്കൽ ഒരു നല്ല മാർഗമാണ്. പക്ഷേ ഇതിനെ ഒരു പ്രധാനമാർഗമായിക്കാണരുത്. അത് ഒരുപാട് സമയമെടുക്കുന്നുവെന്നതിനുപുറമെ അറിയാത്ത വാക്കിനുമുമ്പുള്ളതിന്റെ അർഥം കുട്ടി മറക്കുന്നു. കുട്ടിക്ക് കാര്യങ്ങൾ ദഹിക്കുകയില്ല, ഒഴുക്കുംനഷ്ടപ്പെടുന്നു. വായിക്കുന്ന കുട്ടിക്ക് കാര്യങ്ങൾ ബോധ്യപ്പെടണമെന്നും ഒരു ഭാഷപോലെ ശ്രവിക്കപ്പെടണമെന്നുമുള്ളത് പ്രധാനമാണ്.

കുട്ടികളുടെ വായനാശീലവും എഴുത്തും മെച്ചപ്പെടുത്താൻ ഉരുവിട്ടു പഠിക്കുന്നതും മറ്റുള്ളവരുടെ സഹായം തേടുന്നതുമല്ലാത്ത ചില തന്ത്രങ്ങളാണ് ഈ പറയുന്നത്. മുതിർന്നവരെ പോലെ ഊഹിച്ചുവായിക്കുന്നതിനും അർഥം, സിൻറ്റാക്സ്, സൌണ്ട്സിംബൽ ബന്ധങ്ങൾ എന്നിവയെ അടിസ്ഥാനപ്പെടുത്തി ചില റിസ്കുകൾ എടുത്ത് വായന തുടരാനും സഹായിക്കുന്നതാണ് ഈ മാർഗങ്ങൾ.

അവർക്ക് വായിച്ചുകൊടുക്കുക. കുട്ടിക്ക് താല്പര്യമുള്ള, അതിയായ കൗതുകം തോന്നുന്ന കാര്യങ്ങളായിരിക്കണം

വായിച്ചുകൊടുക്കേണ്ടത്. ഇടക്കിടെ നിർത്തി തൊട്ടുമുമ്പ് വായിച്ചതിനെ പറ്റി കുട്ടിയുമായി സംസാരത്തിലേർപ്പെടുക. 'ഇപ്പറഞ്ഞത് ശരിക്കുമൊരു തമാശതന്നെ', 'എഴുത്തുകാരൻ ആ കാര്യം പറഞ്ഞ ശൈലി കൊള്ളാം', എന്നിങ്ങനെ. നിങ്ങളിഷ്ടപ്പെട്ട ഏത് ഭാഗത്തെ പ്പറ്റിയും ഇങ്ങനെ സംസാരിക്കുക. പുസ്തകത്തിലെ വിവിധഭാഗങ്ങളെ പറ്റി ചൂണ്ടിക്കാണിച്ചുകൊടുക്കുക. 'നോക്കൂ ചിത്രങ്ങൾ കഥ വ്യക്തമാകാൻ എങ്ങനെ സഹായിച്ചിരിക്കുന്നു എന്ന് നോക്കൂ', 'നല്ല പ്രാസമുള്ള വാക്കുകളെ നീ ശ്രദ്ധിച്ചോ, അടുത്തതായി എന്താണ് സംഭവിക്കുകയെന്ന് ഊഹിക്കാമോ,' 'നോക്കൂ ആ വാക്യത്തിന്റെ നീളം എത്രയാണെന്നു നോക്കൂ', 'എല്ലാ വാക്കുകളും ക എന്ന അക്ഷരത്തിൽ തുടങ്ങിയത് നീ ശ്രദ്ധിച്ചോ', 'മുമ്പ് കുറെ വായിച്ചതുകാരണം നമുക്ക് ഇപ്പോൾ തന്നെ കഥ എങ്ങോട്ടാണ് പോകുന്നതെന്നറിയാം' എന്നിങ്ങനെ. കുട്ടിയുടെ ജീവിതത്തിലെ ഏറ്റവും പ്രധാനപ്പെട്ട മുതിർന്നവൻ എന്ന നിലക്ക് കാര്യത്തിനും തമാശക്കും വിവരത്തിനും വേണ്ടിയുള്ള നിങ്ങളുടെ വായന, അല്ലെങ്കിൽ വായനയുടെ ഉപയോഗപ്പെടുത്തൽ നിങ്ങൾക്ക് നൽകാനാവുന്ന ഏറ്റവും ശക്തമായ ഡെമോൺസ്ട്രേഷൻ ആണ്. കുട്ടി സംസാരിക്കാൻ നിങ്ങളിൽ നിന്ന് പഠിച്ചത് പോലെ, നിങ്ങൾ കാട്ടിക്കൊടുക്കുന്നത് പോലെ വായിക്കാനും കുട്ടി പഠിക്കും.

തടസ്സമില്ലാതെ വായിക്കുക. അർഥം ഉല്പാദിപ്പിക്കുകയാണ് വായനയുടെ ഏറ്റവും പ്രധാനപ്പെട്ട വശമെന്ന് ഓർക്കുക. വായിക്കുന്നതിനിടെ അർഥത്തിന് ഭംഗം വരാതെ, അല്ലെങ്കിൽ ഭാഷയെന്ന് തോന്നിപ്പിക്കാതിരിക്കാത്ത തെറ്റുകൾ വരുത്തുകയാണെങ്കിൽ ഇടപെടരുത്. 'മലയിൽ നിന്ന് നദികൾ പൊട്ടിയൊഴുകാൻ തുടങ്ങി. താഴ്വാരത്തിൽ വെള്ളപ്പൊക്കമുണ്ടായി' എന്ന് വായിക്കുമ്പോൾ തിരുത്തരുത്. 'മറിച്ച് തലയിൽ നിന്ന് നദികൾ പൊട്ടിയൊഴുകാൻ തുടങ്ങി, താഴ്വാരത്തിൽ വെള്ളപ്പൊക്കമുണ്ടായി' എന്നൊക്കെ വായിക്കാൻ തുടങ്ങുമ്പോൾ അതിനെന്തെങ്കിലും അർഥമുണ്ടോയെന്ന് കുട്ടിയോട് ചോദിക്കുക. ശരിക്ക് അർഥം ശരിയാവുന്ന വിധത്തിൽ വായിക്കാൻ കുട്ടിയോട് ആവശ്യപ്പെടുക. ഇനി തെറ്റിവായിച്ചിട്ടും തനിക്ക് മനസ്സിലാകുന്നുണ്ടെന്ന് കുട്ടി പറയുമ്പോൾ, എനിക്ക് മനസ്സിലായില്ല, അതിനാൽ നീ ഏതായാലും ഒന്നുകൂടി വായിക്കൂ എന്നുപറയുക. കുട്ടി ശരിക്കും അർഥമറിഞ്ഞ് വായിക്കുന്നതിൽ നിങ്ങളുടെ ശ്രദ്ധകേന്ദ്രീകരിക്കുക എന്നുള്ളത് ഏറ്റവും പ്രധാനമാണ്.

അവഗണിച്ചുമുന്നോട്ടുപോകുക. അറിയാത്ത ഒരു കാര്യവും വായിക്കാത്ത, ഒട്ടും റിസ്ക് എടുക്കാത്ത കുട്ടികളുണ്ട്. ഉച്ചത്തിൽ ഉരുവിടുക

അല്ലെങ്കിൽ മറ്റുള്ളവരുടെ സഹായം തേടുക എന്നുള്ളതിൽ കവിഞ്ഞ് ഒരു കാര്യവും അവർ ചെയ്യില്ല. വായിക്കുമ്പോൾ കുട്ടിക്കറിയാത്ത, അല്ലെങ്കിൽ തിരിച്ചറിയാൻ കഴിയാത്ത ഒന്നിൽ തട്ടി നിന്നെന്നിരിക്കട്ടെ, ഏതാനും നിമിഷങ്ങൾക്കുള്ളിൽ ഒന്നോ രണ്ടോ തവണ കൂടി കുട്ടി ഉച്ചത്തിൽ ഉരുവിടാൻ നോക്കും. അപ്പോൾ അറിയാത്ത ആ വാക്കിനെ, പ്രയോഗത്തെ, സങ്കൽപത്തെ ഒഴിവാക്കി മുന്നോട്ടുപോകാൻ കുട്ടിയോട് ആവശ്യപ്പെടുക. പിന്നീടുള്ള വാക്കുകളിൽ നിന്ന് അല്ലെങ്കിൽ പശ്ചാത്തലത്തിൽ നിന്ന് കാര്യങ്ങൾ മനസ്സിലാക്കിയെടുക്കാൻ പറയുക. ഒരുപക്ഷേ ഒരു പാട് മുന്നോട്ട് പോയാൽ മാത്രമേ ആ അറിയാത്ത വാക്യത്തെ മനസ്സിലാക്കിയെടുക്കാൻ പറ്റൂ. നല്ല വായനക്കാർ ഒരു പ്രയത്നവുമില്ലാതെ, സ്വമേധയാ ചെയ്യുന്ന ഒരു പ്രവർത്തിയാണിത്. ഒരുവാക്ക് ശരിക്കും ഉച്ചരിക്കുന്നതിനേക്കാൾ എത്രയോ പ്രധാനമാണ് ഒരു കോൺടെക്സ്റ്റിൽ ഒരു വാക്യമപ്പാടെ ശരിക്ക് മനസ്സിലാക്കിയെടുക്കുന്നത്.

അർഥം ഊഹിക്കുക. ഏതാനും തവണ ഉരുവിട്ടിട്ടും കുട്ടി അറിയാത്ത വാക്കിൽ തട്ടി ആശയക്കുഴപ്പത്തിവാവുന്നുണ്ടെങ്കിൽ ആ വാക്ക് ഒഴിവാക്കി മുന്നോട്ടുപോവാൻ പറയുക. കുട്ടിക്കതിന് കഴിയുന്നുണ്ടെങ്കിൽ അവിടം വിരൽ വെച്ചുമറച്ച് വായിക്കാൻ പറയുക. ആ വാക്കിന് പകരം അർഥമുള്ള മറ്റൊരു വാക്ക് കണ്ടെത്താൻ പറയുക. ഉദാഹരണത്തിന് ആ ഭീകരജീവി സമുദ്രത്തിൽ വീണു എന്ന് വായിക്കുകയാണെന്നിരിക്കട്ടെ. സമുദ്രം എന്ന വാക്ക് കുട്ടിക്കറിയില്ലെങ്കിൽ തൊട്ടുമുമ്പുള്ള വാക്യങ്ങളിൽ ആ വാക്കിനെ അർഥമാക്കുന്ന എന്തെങ്കിലും സൂചനകളുണ്ടാവും. അങ്ങിനെയില്ലെങ്കിൽ മുന്നോട്ടുള്ള വാക്യങ്ങളിൽ അർഥം ഊഹിക്കാനുള്ള വകയുണ്ടാവും.( ഒന്നാമത്തെ മാർഗം നോക്കുക)

എളുപ്പമുള്ള വാക്കുകളെ മറച്ചുവെക്കുക. എളുപ്പത്തിൽ ഊഹിച്ചെടുക്കാവുന്ന വാക്കുകളെ മറച്ച് ഒരു ബ്ലാങ്ക് മാർക്ക് ചെയ്യുക. റിസ്ക് എടുക്കാത്ത കുട്ടികൾക്ക് പോലും മറച്ചുവെച്ച വാക്കുകൾ ഊഹിച്ചെടുക്കാൻ ധൈര്യം കിട്ടും. വാക്കുകൾ യഥാസ്ഥാനത്തില്ലെങ്കിൽ പോലും അർഥം ഊഹിക്കാൻ പറ്റുമെന്നുള്ളത് കുട്ടിക്ക് നല്ല ആത്മവിശ്വാസം നൽകും. ഒരു വാക്കിന്റെ ആദ്യാക്ഷരം മറച്ചുവെച്ച് ഇതേ കാര്യം ചെയ്താൽ കുട്ടിക്ക് കുറഞ്ഞ സാധ്യതകളിൽ നിന്ന് മതിയായ വാക്ക് കണ്ടെത്താൻ പറ്റും.

ലൈൻ മാർക്കർ ഉപയോഗിക്കുക. ചിലകുട്ടികൾക്ക് ടെക്സ്റ്റിലെ

വരികളിൽ ശ്രദ്ധകേന്ദ്രീകരിക്കാൻ ബുദ്ധിമുട്ടുണ്ടാവും. ഒരുപാട് വരികളുണ്ടാവുമ്പോൾ കുട്ടി ശരിക്കും ആശയക്കുഴപ്പത്തിലാകുന്നു. പെൻസിലോ റൂളർ സ്കെയിലോ ഇൻഡെക്സ് കാർഡോ ലൈൻ മാർക്കർ ആയി ഉപയോഗിച്ച് വായിക്കാത്ത വരികളൊക്കെ മറച്ചു പിടിക്കുക. ഏതെങ്കിലും ശൈലികളിലോ വ്യകരണതത്വങ്ങളിലോ ശ്രദ്ധകേന്ദ്രീകരിക്കാൻ കുട്ടിക്ക് പറ്റും.

കഥ പറയിപ്പിക്കുക. കുട്ടി ഒരു കഥയോ അധ്യായമോ ലേഖനമോ വായിച്ചുകഴിഞ്ഞാൽ, വായിച്ചതൊന്നും നിങ്ങൾ കേട്ടിട്ടില്ലായെന്ന് അഭിനയിക്കുക. അത് പറഞ്ഞുതരാൻ ആവശ്യപ്പെടുക. അവന്/ അവൾക്ക് അത് വീണ്ടും പറയാൻ ബുദ്ധിമുട്ടുണ്ടെങ്കിൽ വായിച്ചിടത്തോളം വീണ്ടും വായിക്കാൻ പറയുക. ഇത്തവണ അവന്/ അവൾക്ക് വായിക്കാൻ പോകുന്ന കാര്യങ്ങൾ ഊഹിച്ചെടുക്കാൻ കഴിയും. തെറ്റുകൾ വരുത്തിയാണെങ്കിൽ പോലും കുട്ടിക്ക് വായിച്ചത് മനസ്സിലാവുന്നുണ്ടെന്ന് നിങ്ങൾക്ക് മനസ്സിലാക്കാൻ കഴിയും. വായനയിൽ ഒഴുക്കില്ലാത്ത കുട്ടികളോട് നാം സാധാരണഗതിയിൽ വളരെ എളുപ്പമുള്ള ഒരു വാക്കോ ഏതാനും വാക്കുകളോ ഉത്തരമായി ഉള്ള ചോദ്യങ്ങളാണ് ചോദിക്കുക. കുട്ടികളോട് മനസ്സിലാക്കിയ കാര്യങ്ങൾ പറയാൻ എത്ര ആവശ്യപ്പെടുന്നുവോ അത്രയും നന്നാവും അവർ വായനയുടെ കാര്യത്തിൽ. വായിക്കുന്നത് അർഥത്തിനുവേണ്ടിയാണല്ലോ?

റെസ്പോൺസീവ് റൈറ്റിംഗ്. വായിച്ച കഥയിലെ ഏറ്റവും ഇഷ്ടപ്പെട്ട ഭാഗത്തെ കുറിച്ച് എഴുതി നിങ്ങൾക്ക് നൽകാൻ കുട്ടിയോട് പറയുക. കുട്ടി ഒന്നാമത്തെ കരട് ഫസ്റ്റ് ഡ്രാഫ്റ്റ് ആയി മാത്രമേ കരുതാവൂ. അർഥത്തിൽ മാത്രമായിരിക്കണം നിങ്ങളുടെ ശ്രദ്ധ. അതൊന്നു എഡിറ്റ് ചെയ്യുന്നത് നല്ലതുതന്നെയാണെങ്കിലും ഇപ്പോൾ അത് പാടില്ല. കുട്ടി എഴുതിയതിൽ നല്ല ഉള്ളടക്കം ഉണ്ടെങ്കിൽ തീർച്ചയായും എഡിറ്റു ചെയ്യണം.

വീണ്ടും വീണ്ടും വായിപ്പിക്കുക. എളുപ്പമുള്ള, ഇഷ്ടമുള്ള ഭാഗങ്ങൾ വീണ്ടും വീണ്ടും വായിക്കാൻ കുട്ടിയോട് പറയുക. ഓരോ തവണയും വായിക്കുന്നതിനനുസരിച്ച് കുട്ടിയുടെ വായനയും ഉച്ചാരണവും മെച്ചപ്പെടും. കുട്ടിയുടെ ആത്മവിശ്വാസം കൂടും.വായന ഒരു ഫൺ ആക്കി മാറ്റുക. കൊച്ചുതമാശകൾ, പഴഞ്ചൊല്ലുകൾ, കുട്ടിക്കവിതകൾ എന്നിവ നൽകുക. വായനയോട് ഇഷ്ടമുണ്ടാവാനും ഒഴുക്കുണ്ടാവാനും ഇത് സഹായിക്കും.

ഭാഷാപരിചയം. ഒരു കുട്ടി പറയുന്നതാണ് ഒരു നിലക്ക് പറഞ്ഞാൽ മുതിർന്നവർ എഴുതുന്നത്. കുട്ടിയുടെ തന്നെ സ്വന്തം കഥകൾ എഴുതാൻ പറയുക. എഴുത്തിനെയും വായനയെയും ഇത് മെച്ചപ്പെടുത്തും. തനിക്ക് അൽപം അ

റിയുന്ന, താല്പര്യമുള്ള പരിചയമുള്ള കാര്യങ്ങൾ വായിച്ചുകൊണ്ടേയിരിക്കാൻ ഇത് കുട്ടിയെ പ്രേരിപ്പിച്ചുകണ്ടേയിരിക്കും. കുട്ടിക്ക് വായിക്കാനുള്ള സംഗതികൾ തേടിപ്പിടിച്ചുകൊടുക്കുമ്പോഴും ഇപ്പറഞ്ഞ സംഗതികളാണ് കണക്കിലെടുക്കേണ്ടത്.

എക്കോ റീഡിംഗ്. നിങ്ങൾ വായിച്ചുകൊടുക്കുക. കുട്ടിയോടും അത് ആവർത്തിക്കാൻ പറയുക. അല്ലെങ്കിൽ പാർട്ണർ റീഡിംഗ്, നിങ്ങളും കുട്ടിയും ഡ്യുയറ്റ് പോലെ വായിക്കുക. ഏകദേശം കുട്ടിയെ സൈക്കിൾ പഠിപ്പിക്കുന്നത് പോലെയാണിത്: കുട്ടിയോടൊപ്പം ഓടി, വീഴുമ്പോൾ പിടിച്ച്, കുട്ടി സ്വന്തം നിലക്ക് ഓട്ടം പഠിക്കുന്നത് വരെ നിങ്ങൾ അനുഗമിക്കുന്നത് പോലെ.

കുട്ടിയെക്കൊണ്ട് മറ്റുള്ളവർക്ക് വേണ്ടി വായിപ്പിക്കുക. മറ്റുള്ള കുട്ടികൾക്ക് വേണ്ടി, അല്ലെങ്കിൽ ഒരു ടേപ്പ് റെക്കോർഡറിനുമുമ്പിൽ വെച്ച്, ഒന്നുമില്ലെങ്കിൽ വലിയൊരു പാവക്കുട്ടിക്ക് മുമ്പിൽ വെച്ചെങ്കിലും വായിപ്പിക്കുക. വായിച്ച കാര്യങ്ങൾ മനസ്സിലാക്കാൻ ആവശ്യമായ ഒഴുക്ക് കിട്ടാൻ ഇങ്ങനെ സാധിക്കും. വായിക്കുന്നത്, കേൾക്കുന്ന സദസ്സിന് മനസ്സിലാകണം എന്നുള്ള ഒരുദ്ദേശ്യം കുട്ടിക്ക് വരും

സസ്റ്റയിൻഡ് സൈലന്റ് റീഡിംഗ്. വിപുലമായി ആസ്വദിച്ച് വായിക്കാൻ ഇത് കുട്ടിയെ സഹായിക്കുന്നു. കഥാപുസ്തകങ്ങൾ, റെഫറൻസ് പുസ്തകങ്ങൾ, ഡിക്ഷ്ണറികൾ, ദിനപ്പത്രങ്ങൾ, വാരികകൾ, മാസികകൾ, താല്പര്യമുണർത്തുന്ന ചരിത്രപുസ്തകങ്ങൾ, നോവലുകൾ എന്നിവ കുട്ടിക്ക് നൽകണം. വായിക്കുന്ന കാര്യങ്ങളെ കുറിച്ച് പശ്ചാത്തലവിവരങ്ങൾ സംഘടിപ്പിക്കാൻ കുട്ടിക്ക് ഇതുവഴി സാധിക്കും. ശബ്ദമുണ്ടാക്കാതെ സന്തോഷത്തിനും വിവരത്തിനും വേണ്ടി കുട്ടി സ്വയം വായിക്കുന്നത് കുട്ടിയുടെ വായനയിലുള്ള ഒഴുക്കും കാര്യക്ഷമതയും ശരിക്കും കൂട്ടും. കുട്ടിയുടെ ജീവിതത്തിലെ ഏറ്റവും പ്രധാനപ്പെട്ട മുതിർന്നയാളെന്ന നിലക്ക് നിങ്ങളും വായിച്ചുകൊണ്ടേയിരിക്കണമെന്ന് പറയേണ്ടതില്ലല്ലോ? അതിനോളം നല്ലൊരു കാര്യം വേറേയില്ല.

എഴുത്തുരൂപത്തിലുള്ള സംഭാഷണം. നിങ്ങളും കുട്ടിയുമായി

എഴുത്തുവഴി സംസാരിക്കുക. ഉള്ളടക്കമാണ് ശ്രദ്ധിക്കേണ്ടത്. അക്ഷരത്തെറ്റിനെയും ശൈലിയെയും വിമർശിക്കരുത്. അതേസമയം നിങ്ങളുടെ എഴുത്തിൽ ശരിയായ സ്പെല്ലിംഗും ശൈലികളും ഉണ്ടായിക്കോട്ടെ. കുട്ടി എഴുതിയത് നിങ്ങൾക്ക് മനസ്സിലാവുന്നില്ലെങ്കിൽ കുട്ടിയോട് വായിച്ചുതരാൻ ആവശ്യപ്പെടുക.

പാഠത്തെ ആകെ മൊത്തം ഒന്നു നോക്കാൻ കുട്ടിയെ പ്രേരിപ്പിക്കുക. ചിത്രങ്ങൾ, ഗ്രാഫുകൾ, ചാർട്ടുകൾ, ചോദ്യങ്ങൾ, തലക്കെട്ടുകൾ എന്നിവയിൽ പാഠത്തെ കുറിച്ചുള്ള വിവരങ്ങൾ ഉണ്ടാവും. തനിക്കെന്തെങ്കിലും കുറച്ചെങ്കിലും അറിയുന്ന വിഷയമാണോയെന്ന് കുട്ടിക്ക് മനസ്സിലാകാൻ ഈ നോട്ടം കുട്ടിയെ സഹായിക്കുന്നു.

ജേണൽ എഴുത്ത്. കുട്ടിക്ക് മാത്രമല്ല നിങ്ങൾക്കും നല്ലതാണ് ഒരു ജേണൽ സൂക്ഷിക്കുകയെന്നത്. ഒരു കാര്യം വായിച്ചുതീർത്താൽ വായിച്ചുതീർത്തതിനെ പറ്റിയുള്ള തോന്നൽ രേഖപ്പെടുത്തിവെക്കാൻ കുട്ടിയോട് നിർദേശിക്കുക. എന്തും എഴുതാം, കഥയിൽ നിങ്ങൾ ഇഷ്ടപ്പെട്ടത്, വെറുത്തത്, ഇഷ്ടപ്പെട്ട കഥാപാത്രം, വായന എന്തുകൊണ്ട് എളുപ്പമായി അല്ലെങ്കിൽ കടുപ്പമായി എന്നിങ്ങനെയെന്തും. (1, 7, 8 നമ്പർ മാർഗങ്ങൾ നോക്കുക.)

വായനയും എഴുത്തും മെച്ചപ്പെടുത്താനുള്ള മേൽപ്പറഞ്ഞ മാർഗങ്ങളിൽ നിങ്ങൾക്ക് സൗകര്യമുള്ള മാർഗങ്ങൾ നിരന്തരം നടപ്പിലാക്കിക്കൊണ്ടിരിക്കണം. താൽപര്യമുണർത്തുന്ന വകകൾ നിങ്ങൾ തന്നെ തേടിപ്പിടിച്ചുകൊടുക്കണം. ഉച്ചത്തിലോ മൗനമായിട്ടോ വായിക്കാൻ നിരന്തരം പ്രേരിപ്പിച്ചുകൊണ്ടിരിക്കണം. വായിച്ചതിനെ കുറിച്ച് മുതിർന്നവരോട് സംസാരിക്കുന്നത് പോലെ സ്വാഭാവികമായി ചോദിക്കണം. സ്കൂൾ കുട്ടികളെ ചോദ്യം ചെയ്യുന്നത് പോലെയായിരിക്കരുതെന്നർഥം. എത്രവായിക്കുന്നുവോ അത്രയും കുട്ടിയുടെ വായന നന്നാവും. അവനൊരു നല്ല മനുഷ്യനാവാനും സാധ്യതയുണ്ട്.

## കുട്ടിയുടെ വായനയിൽ സഹായിക്കാനുള്ള മറ്റുമാർഗങ്ങൾ

**വീട്ടിൽ വായിക്കാനായി ഒരു ചിട്ട ഉണ്ടാക്കുക.** ഉറങ്ങുന്നതിനുമുമ്പായി, അല്ലെങ്കിൽ ഞായറാഴ്ച വൈകുന്നേരം എന്നിങ്ങനെ നിങ്ങൾക്കും കുട്ടിക്കും എപ്പോഴാണോ സൗകര്യം അങ്ങനെ. കുടുംബത്തെ മൊത്തം വിളിച്ചുകൂട്ടി അവരെല്ലാവരും ഓരോന്നു വായിച്ചുകൊണ്ടിരിക്കുന്ന അവസ്ഥ നടപ്പിലാക്കാൻ ഒന്നു ശ്രമിച്ചുനോക്കൂ. ജീവിതകാലം

മുഴുക്കെ വായനയോട് ഒരു പോസിറ്റീവ് സമീപനം ഉണ്ടാക്കാൻ അത് സഹായിക്കും.

**ഓരോ ശ്രമത്തെയും പ്രോത്സാഹിപ്പിക്കുക.** കുട്ടിയുടെ ആത്മ വിശ്വാസം വളരെ കുറഞ്ഞിരിക്കുമ്പോൾ പ്രശംസിക്കുക. തന്റെ വായനയെ കുറിച്ച് കുട്ടിക്ക് ആത്മവിശ്വാസം തോന്നിക്കൊണ്ടേ യിരിക്കണം. കുട്ടിയെ ഒരു വ്യക്തിയായി കരുതുക. മറ്റുള്ള കുട്ടികളു മായി താരതമ്യം ചെയ്ത് കുട്ടിയെ താഴ്ത്തിക്കെട്ടുന്നത് ഒരിക്കലും ഗുണം ചെയ്യില്ല.

**ഒരു റോൾമോഡലാവുക.** നിങ്ങളുടെ വായന അവർ കാണട്ടെ. കുടുംബത്തെ മൊത്തം ലൈബ്രറിയിലേക്ക് കൊണ്ടുപോവുക. അവർ ഏതൊക്കെ തരത്തിലുള്ള പുസ്തകങ്ങളാണ് എടുക്കുന്നതെന്ന് നിരീ ക്ഷിക്കുക, അതിൽ താല്പര്യം പ്രകടിപ്പിക്കുക. നിങ്ങൾക്ക് നിർദേശ ങ്ങൾനൽകാം. പക്ഷേ നിങ്ങളുടെ തെരഞ്ഞെടുപ്പ് അവരുടെ മേൽ അടിച്ചേൽപ്പിക്കരുത്.

**പുസ്തകം വിലപ്പെട്ടതാണെന്ന് അവരെ ബോധ്യപ്പെടുത്തുക.** പുസ്തകം സമ്മാനമായിനൽകുക. പുസ്തകം എങ്ങനെയാണ് സൂക്ഷിക്കേണ്ടതെ ന്ന് ചൂണ്ടിക്കാണിക്കുക. സ്കൂൾലൈബ്രറി സ്ഥിരമായി ഉപയോഗി ക്കുന്നത് പ്രോത്സാഹിപ്പിക്കുക. അവരേതൊക്കെ പുസ്തകങ്ങളാണ് എടുത്തതെന്ന് ചോദിച്ചറിയുക. നിങ്ങളുടെ അഭിപ്രായം പറയുക.

നിങ്ങളുടെ കുട്ടി വായനക്കാരനല്ലെങ്കിലും വിഷമിക്കരുത്. വായ നാതകരാറുകളുടെ കാരണങ്ങൾ വളരെ സങ്കീർണമാണ്. അതിനാൽ കുട്ടി വായിക്കുന്നില്ലെങ്കിൽ അക്കാര്യം ശാന്തമായി അംഗീകരിക്കുക. വായിപ്പിക്കാൻ മറ്റെന്തെങ്കിലും മാർഗമുണ്ടോയെന്ന് അന്വേഷിക്കുക.

# വായനാ വൈകല്യം

വായനവൈകല്യം അഥവാ ഒരു വ്യക്തിയുടെ വായനാ വൈകല്യത്തെയാണ് ഡിസ്‌ലെക്സിയ എന്നതു കൊണ്ടുദ്ദേശിക്കുന്നത്. വായിക്കാനുള്ള ബുദ്ധിമുട്ടെന്ന് ഈ വൈകല്യത്തെ ലളിതമായി നിർവചിക്കാം. ശബ്ദശാസ്ത്രപരമായ ധാരണക്കുറവ് എന്നും വായനാ വൈകല്യത്തെ വിശദീകരിക്കാം.

മറ്റു ശാരീരിക കാരണങ്ങളാലുള്ള വായനാ ബുദ്ധിമുട്ട് അല്ല ഡിസ്‌ലെക്സിയ. കാഴ്ചക്കുറവോ കേൾവിക്കുറവോ കാരണങ്ങളാലുണ്ടാകുന്ന വായനാ വൈകല്യമല്ല അത്. വായനക്കാവശ്യമായ പരിശീലനക്കുറവു കൊണ്ടുള്ള വായനാ ബുദ്ധിമുട്ടിനെയും ഡിസ്‌ലെക്സിയയായി കണക്കാക്കുന്നില്ല.

എഴുത്തിലും വായനയിലും കണക്കു കൂട്ടുന്നതിലും വൈകല്യങ്ങൾ കണ്ടുവരുന്നുണ്ട്. എഴുത്തിലുള്ള ബുദ്ധിമുട്ടുകളെ ഡിസ്ഗ്രാഫിയ എന്നാണ് വിശേഷിപ്പിക്കപ്പെടുന്നത്. ഒരു വാക്കോ വാചകമോ എഴുതുമ്പോൾ അക്ഷരങ്ങളോ വാക്കുകളോ വിട്ടുപോവുന്ന സവിശേഷ സ്വഭാവമാണിത്. തലതിരിച്ചെഴുത്തും ഇതിന്റെ പ്രത്യേതകയാണ്. ഒരു അക്ഷരമോ വാക്കോ എഴുതുമ്പോൾ തലതിരിഞ്ഞുപോവും. ഒരു വ്യക്തി അല്ലെങ്കിൽ കുട്ടി എഴുതാൻ ഉദ്ദേശിച്ചത് ശരിയായ കാര്യമാണെങ്കിലും അത് എഴുതി പ്രതിഫലിപ്പിക്കുമ്പോൾ തിരിഞ്ഞുപോവും. ഉദാഹരണത്തിന് ഇംഗ്ലീഷിൽ ബി എന്നതിനു പകരം ഡി എന്ന് എഴുതിപ്പോവുക.

എഴുതുമ്പോൾ സംഭവിക്കുന്നതു പോലെ വായനയിലും ഇങ്ങനെ ചിലത് ശ്രദ്ധയിൽ പെടാതെ പോകുന്നതും ഡിസ്‌ലെക്സിയ ആണ്. വായിക്കാൻ ബുദ്ധിമുട്ടു തോന്നുന്നതിനു പുറമെ വായിക്കുന്നതിനിടെ

ചില അക്ഷരങ്ങളോ വാക്കുകളോ തന്നെ കാണാതെ പോവുകയോ ശരിയായ അർഥം ലഭിക്കാതെ പോവുകയോ ചെയ്യുന്നു. വാക്കോ അക്ഷരമോ വിട്ടുപോകുമ്പോൾ ശരിയായ വാക്കും ഉച്ചാരണവും അതുവഴി അർഥവും ലഭിക്കാതെ പോകുന്നു. ഇതുപോലെ കണക്ക കൂട്ടുന്നതിലും സൂക്ഷ്മമായ ശാരീരിക പ്രവർത്തനങ്ങൾ ചെയ്യുന്നതിലും ചില വ്യക്തികൾക്ക്ബുദ്ധിമുട്ടോ കഴിയായ്കയോ വരുന്നു. കേട്ടതിനെ പ്രവൃത്തിയാക്കി മാറ്റാൻ കഴിയാത്ത വിധം ശാരീര ചലനങ്ങൾ മന്ദഗതിയിലാവുകയോ ബുദ്ധിമുട്ടനുഭവിക്കുകയോ ചെയ്യുമ്പോഴാണ് ഇതു സംഭവിക്കുന്നത്. തലച്ചോറിൽ നിന്നു ലഭിക്കുന്ന നിർദേശങ്ങൾ ക്കൊത്ത് ശരീര ഭാഗങ്ങൾക്ക് പ്രതികരിക്കാൻ കഴിയാതെ വരികയോ താമസമുണ്ടാവുകയോ ചെയ്യുമ്പോഴാണ് കൃത്യമായ വിധത്തിൽ ശരീ രത്തിന് പ്രതികരിക്കാൻ കഴിയാതെ വരുന്നത്.

ശബ്ദങ്ങൾ തിരിച്ചറിയുന്നതിനും കാഴ്ചകളെ വ്യാഖ്യാനിക്കുന്നതി നും സമയമെടുക്കുകയോ ബുദ്ധിമുട്ടനുഭവിക്കുകയോ ചെയ്യുമ്പോഴാണ് അതാതു പ്രവൃത്തികൾ ചെയ്യുന്നതിൽ മന്ദിപ്പ് അനുഭവപ്പെടുന്നത്. ഒരു സമൂഹത്തിലെ പത്തു ശതമാനം വരെ പേർ വായനാ വൈക ല്യമുൾപ്പെടെയുള്ള വൈകല്യമുള്ളവരുണ്ടാകുമെന്നാണ് അനുമാനം. എന്നാൽ, ഡിസ്‌ലെക്സിയ ബാധിതരുടെ കൃത്യമായ എണ്ണം കണ്ടെ ത്തുന്നതിനുള്ള പഠനങ്ങളൊന്നും നടന്നിട്ടില്ല. ഈ വൈകല്യം കണ്ടെ ത്തുന്നതിന് എളുപ്പത്തിൽ കഴിയുന്നില്ലെന്നതു തന്നെയാണ് ഒരു പ്രധാന തടസ്സം. മറ്റൊരു സുപ്രധാന കാര്യം ഇത്തരം വൈകല്യങ്ങൾ ഒരു അസുഖമായോ പ്രശ്നമായോ സർക്കാർ കണ്ടിട്ടില്ലെന്നതത്രെ.

ലക്ഷണവും സ്വഭാവവുമനസരിച്ച് വായനാ വൈകല്യത്തെ മൂന്നു ഉപ വിഭാഗങ്ങളായി തിരിച്ചിട്ടുണ്ട്. 1,ഓഡിറ്ററി ഡിസബിലിറ്റി (കേൾവിയിലുണ്ടാകുന്ന വൈകല്യം) 2, വിഷ്വണറി ഡിസബിലിറ്റി (കാഴ്ചയിലുണ്ടാകുന്ന വൈകല്യം) 3, അറ്റൻഷണൽ ഡിസബിലിറ്റി (ശ്രദ്ധാവൈകല്യം).

പഠനവൈകല്യത്തിൽ വളരെ സാധാരണമാണ് വായനാ വൈകല്യം. ഭാഷാ സംബന്ധിയായ പഠന വൈകല്യമായാണ് ഡിസ്‌ലെക്സിയ വിശേഷിപ്പിക്കപ്പെട്ടിട്ടുള്ളത്. വായനാ വൈക ല്യമുള്ളവരിൽ ശബ്ദം വേർതിരിച്ചറിയാനുള്ള ശേഷി ദുർബലമായി രിക്കുമെന്ന് ശാസ്ത്രജ്ഞർ നിരീക്ഷിച്ചിട്ടുണ്ട്.

വായനാ വൈകല്യമുള്ളവർക്ക് പ്രായപൂർത്തിയാവുന്നതോടെ നല്ല ഗ്രാഹ്യ ശക്തിയോടെ വായിക്കാൻ കഴിയും. എന്നാൽ

സാധാരണക്കാരെ അപേക്ഷിച്ച് അവരുടെ വായനയിൽ ചില അപാകങ്ങൾ കാണാനാകും. അക്ഷരങ്ങളെയോ ലിപികളെയോ വേർതിരിച്ചറിയാൻ ബുദ്ധിമുട്ടാകുമെന്ന മാത്രമല്ല വാക്കുകളുടെ തെറ്റായ ഉച്ചാരണത്തോടെയായിരിക്കും അവരുടെ വായന. വാക്കുകൾ പ്രതിഫലിപ്പിക്കുന്ന ശബ്ദത്തെ കുറിച്ചുള്ള ദുർബലമായ അവബോധമാണ് ഇവിടെ പ്രശ്നമാകുന്നത്. വായനാ വൈകല്യത്തിന് ബുദ്ധിശക്തിയുമായി നേരിട്ട ബന്ധമില്ല. ഗ്രാഹ്യതക്കുറവ് പല കാരണങ്ങളാൽ വികസിച്ചുവരികയാണെന്നാണ് കണ്ടെത്തിയിട്ടുള്ളത്.

1881ൽ ഒസ്വാൾഡ് ബെർകാനാണ് വായനാ വൈകല്യമെന്ന പ്രശ്നം ആദ്യമായി തിരിച്ചറിയുന്നത്. റുഡോൾഫ് ബെർലിനാണ് 1887ൽ ഡിസ്‌ലെക്സിയ എന്ന പദം ഈ പ്രശ്നത്തെ സൂചിപ്പിക്കാൻ ഉപയോഗിക്കുന്നത്. വിവിധ ഗവേഷകർ പിന്നീട് വിഷയത്തിൽ കൂടുതൽ പഠനങ്ങളും വ്യാഖ്യാനങ്ങളും വിശദീകരണങ്ങളും നൽകുകയുണ്ടായി.

ന്യൂറോളജി വേൾഡ് ഫൗണ്ടേഷൻ വായനാ വൈകല്യത്തെ നിർവചിച്ചത്, മതിയായ ബുദ്ധിശക്തിയും സാമൂഹിക അവസരവുമുള്ള ഒരാൾക്ക് പരമ്പരാഗത അധ്യാപനം ലഭിച്ചിട്ടുപോലും വായിക്കാനുള്ള കഴിവിൽ പ്രകടമാകുന്ന ബുദ്ധിമുട്ട് അല്ലെങ്കിൽ വൈകല്യം എന്നാണ്. മസ്തിഷ്കവുമായി ബന്ധപ്പെട്ട പഠന വൈകല്യമാണിത്. അത് വ്യക്തിയുടെ വായിക്കാനും തിരിച്ചറിയാനും എഴുതാനുമുള്ള കഴിവിനെയാണ് സവിശേഷമായി ബാധിക്കുന്നത്. സാമാന്യമായ ബുദ്ധിശക്തിയുണ്ടെങ്കിലും ഇത്തരക്കാരുടെ വായനാ നിലവാരവും എഴുതാനുള്ള കഴിവും സാധാരണക്കാരെ അപേക്ഷിച്ച് വളരെ താഴെയായിരിക്കും.

വൈകല്യം വ്യക്തികൾക്കനുസരിച്ച് വ്യത്യാസപ്പെട്ടിരിക്കുമെങ്കിലും വൈകല്യ ബാധിതരിൽ സമാനമായ ചില സവിശേഷതകൾ കാണാനാകും. വാക്കുകളിലെ അക്ഷരങ്ങളുടെ കാര്യത്തിൽ (സ്പെല്ലിംഗ്) ഇവരുടെ കഴിവ് വളരെ ദുർബലമായിരിക്കും. ശബ്ദം വ്യവച്ഛേദിച്ചറിയാനുള്ള കഴിവും അങ്ങനെത്തന്നെ. കാഴ്ചയോടും വാക്കുകളോടും മസ്തിഷ്കവും അവയവങ്ങളും പ്രതികരിക്കുന്ന കാര്യത്തിലും താഴ്ന്ന നിലവാരമാണ് ഇത്തരക്കാർ പ്രകടിപ്പിക്കുക.

മുതിർന്നവരിൽ തലച്ചോറിനു മുറിവോ ചിത്തഭ്രമ(മറവി രോഗം)മോ സംഭവിക്കുന്നതിനു പിന്നാലെയാണ് വായനാ വൈകല്യം ഉടലെടുക്കാറുള്ളത്. ചില കുടുംബങ്ങളിൽ ഇതു പരമ്പരാഗതമായി

സംഭവിക്കുന്നുമുണ്ട്. ചില ജനസ്സുകളിൽ വായനാവൈകല്യം പരമ്പരാഗതമായി സന്നിവേശിക്കപ്പെട്ടതായി പുതിയ പഠനങ്ങൾ തെളിയിക്കുന്നുണ്ടെന്ന് നാഷനൽ ഇൻസ്റ്റിറ്റ്യൂട്ട് ഓഫ് ന്യൂറളോജിക്കൽ ഡിസോർഡേഴ്സ് ആന്റ് സ്ട്രോക്ക് വിലയിരുത്തുന്നു.

വാക്കുകളിൽ പതിവിലുമേറെ തെറ്റുകൾ കടന്നുകൂടുക, സ്പെല്ലിംഗുകളിൽ ഗുരുതരമായ പിഴവുണ്ടാവുക തുടങ്ങി വാക്കുകളിൽ വരുന്ന പിഴവുകളുടെ ഏറ്റക്കുറച്ചിലിനനുസരിച്ചാണ് വിദഗ്ധർ ഈ വൈകല്യത്തെ തരംതിരിച്ചിട്ടുള്ളത്.

വായനയിലും സംസാരത്തിലുമുള്ള കാലതാമസം, അക്ഷരങ്ങൾക്ക് വിപരീത ശബ്ദം സൃഷ്ടിക്കപ്പെടുക, വാക്കുകളോ അക്ഷരങ്ങളോ അക്കങ്ങളോ തലതിരിഞ്ഞു കാണുക, നിസ്സാരമായ പശ്ചാത്തലശബ്ദങ്ങൾ പോലും ശ്രദ്ധ തെറ്റിച്ചുകളയുക തുടങ്ങിയവയാണ് വായനാവൈകല്യത്തിന്റെ ചില പ്രാഥമിക അടയാളങ്ങളും സൂചനകളും. കാലമേറും തോറും വാക്കുകളും പദ്യങ്ങളും തിരിച്ചറിയാനും ഓർത്തെടുക്കാനും ബുദ്ധിമുട്ടുന്ന രീതിയിൽ പ്രശ്നം വളരുന്നു.

വാക്കുകളിലെ അക്ഷരങ്ങളെ തിട്ടപ്പെടുത്താൻ കഴിയാതെ വരിക, വാക്കുകളുടെ സവിശേഷമായ ശബ്ദം തിരിച്ചറിയാൻ കഴിയാതെ വരിക, വ്യത്യസ്ത ശബ്ദങ്ങൾ കൊണ്ട് വാക്കുകൾ വേർതിരിച്ചറിയാൻ കഴിയാതെ വരിക, അല്ലെങ്കിൽ പ്രശ്നങ്ങളെ കൃത്യമായി വിശദീകരിക്കാൻ കഴിയാതെയാവുക, വായിക്കുമ്പോഴോ എഴുതുമ്പോഴോ അക്ഷരങ്ങളോ വാക്കുകളോ ഒഴിവാക്കുകയോ കൂട്ടിച്ചേർക്കുകയോ ചെയ്യുക എന്നതാണ് പ്രശ്നത്തിന്റെ സവിശേഷമായ ലക്ഷണങ്ങൾ.

ഒരു കഥ ചുരുക്കിപ്പറയാൻ കഴിയാതിരിക്കുക, കാര്യങ്ങൾ കൃത്യമായി ഓർത്തുവയ്ക്കാനാവാതിരിക്കുക, ഉച്ചത്തിൽ വായിക്കാൻ കഴിയാതാവുക, ഒരു അന്യഭാഷ പഠിക്കാൻ കഴിയാതിരിക്കുക എന്നിവ ചെറുപ്പക്കാരിലെ ഡിസ്‌ലെക്സിയയുടെ ലക്ഷണങ്ങളത്രെ.

ബുദ്ധിശക്തിക്കനുസരിച്ച് ഇത്തരക്കാരുടെ എഴുത്തിലും വായനയിലും മികവു പ്രകടമാകില്ലെന്നത് ഇത്തരം വൈകല്യമുള്ളവരെ തെറ്റിദ്ധരിപ്പിക്കാൻ ഇടയാക്കുന്നുണ്ടെന്നത് പ്രത്യേക ശ്രദ്ധയർഹിക്കുന്ന കാര്യമാണ്. പഠനത്തിന്റെ മറ്റു പല തലങ്ങളിലും മികവു പുലർത്തുന്ന കുട്ടിക്ക് ഇത്തരമേതെങ്കിലുമൊരു വൈകല്യം കാരണം വായിക്കാനോ എഴുതാനോ ചിത്രം വരയ്ക്കാനോ പാടാനോ കഴിയാതെ വരുമ്പോൾ നാമതിനെ കുട്ടിയുടെ മടിയായോ കഴിവു

കേടായോ കണക്കാക്കുന്നു. അടിയന്തരമായി നാം മാറ്റിയെടുക്കേണ്ട വികല ധാരണയാണിത്.

ഇത്തരം വൈകല്യങ്ങൾക്ക് പല കാരണങ്ങൾ നിമിത്തമാകാം. ശാരീരിക, മാനസിക പ്രശ്നങ്ങളോ മുറിവുകളോ ഇത്തരം വൈകല്യങ്ങളിലേക്ക് നയിക്കാൻ സാധ്യതയുണ്ട്. സ്കൂളിലെയോ വീട്ടിലെയോ മോശമായ പഠനാന്തരീക്ഷം വൈകല്യമായി പുറത്തു വന്നേക്കാനുമിടയുണ്ട്. കാഴ്ച ശക്തിയുടെ പ്രശ്നങ്ങളും പലപ്പോഴും വൈകല്യത്തിലേക്കെത്തിക്കുന്നുണ്ട്.

ഇത്തരം കുട്ടികൾക്ക് പരിശീലനം ലളിതവും അവരുടെ താല്പര്യങ്ങളോട് സമരസപ്പെട്ടുപോകുന്നതുമാകണം. അധ്യാപകരും രക്ഷിതാക്കളും കുട്ടിക്കു കൈത്താങ്ങായി കൂടെയുണ്ടായിട്ടും ആവശ്യമായ ശാരീരിക, മാനസിക ചികിത്സ നൽകിയിട്ടും ഒരു കുട്ടിക്ക് അല്ലെങ്കിൽ വ്യക്തിക്ക് പ്രശ്നങ്ങൾ നിലനിൽക്കുന്നുണ്ടെങ്കിൽ അത് സവിശേഷ ശ്രദ്ധയർഹിക്കുന്ന വൈകല്യമാണെന്നു കാണുക. ഇത്തരക്കാരെ തിരിച്ചറിയുക അല്ലെങ്കിൽ കണ്ടെത്തുക എന്നത് ഒരു പ്രധാന കാര്യമാണ്.

പഠന വൈകല്യം അഥവാ എഴുത്തിലോ സംസാരത്തിലോ കണക്കു കൂട്ടുന്നതിലോ ബുദ്ധിമുട്ടും പ്രയാസവും കണ്ടെത്തുന്നവരെ അതീവ ശ്രദ്ധയോടെ വേണം കൈകാര്യം ചെയ്യേണ്ടത്. കുട്ടികളെ വ്യക്തിപരമായി മനസ്സിലാക്കിയും അവരുടെ കഴിവുകളെ തിരിച്ചറിഞ്ഞും വേണം അവരോടു പെരുമാറേണ്ടത്. ഓരോ കുട്ടിയും അവരുടെ പ്രശ്നങ്ങളും വെവ്വേറെയാണെന്ന ബോധ്യത്തോടെയാണവരെ കൈകാര്യം ചെയ്യേണ്ടത്. പഠിക്കാൻ പറ്റും വിധം സൗഹാർദപരമായ സാഹചര്യമൊരുക്കി കൊടുക്കുക എന്നതും രക്ഷിതാക്കളുടെയും അധ്യാപകരുടെയും ബാധ്യതയത്രെ. അവർക്ക് ഒരു കൈത്താങ്ങായി കൂടെയുണ്ടാവണം.

പഠന വൈകല്യമുള്ളവരെ പ്രശ്നങ്ങളൊന്നുമില്ലെന്ന തരത്തിൽ സമീപിക്കുന്നത് വലിയ പ്രശ്നങ്ങളുണ്ടാക്കും. കഴിവില്ലാത്തതു കൊണ്ടല്ല മറിച്ച് വിവിധ ഭൗതിക കാരണങ്ങളാലോ ഓരോ കഴിവിനെയും ഉത്തേജിപ്പിക്കുന്ന തലച്ചോറിലെ ഏതെങ്കിലും ഭാഗം കാര്യക്ഷമമായിപ്രവർത്തിക്കാത്തതു കൊണ്ടോ ആണ് ഇത്തരക്കാർ പഠനവൈകല്യംപ്രകടിപ്പിക്കുന്നത്. ഭംഗിയായി പാടാനറിയാത്ത കുട്ടിയെ നാം മോശക്കാരനായി കാണാത്തതു പോലെ തലച്ചോറിലെ നിശ്ചിത ഭാഗത്തിന്റെ പ്രവർത്തന ക്ഷമതക്കുറവു കാരണം

എഴുതാനോ വായിക്കാനോ കണക്കുകൂട്ടാനോ ചില വിഷയങ്ങളിൽ മാത്രം മോശമാകുന്നവരെ കുറ്റപ്പെടുത്തുകയോ മുൻവിധിയോടെ പെരുമാറുകയോ ചെയ്തു കൂടാ. വിവിധ കഴിവുകളുള്ളവരാണ് ഓരോ വ്യക്തിയും. ചില മേഖലകളിൽ ദുർബലമാകുന്ന കഴിവുള്ളവരാണ് കുട്ടികളിലേറെയും. എല്ലാവരും ഒരേ കഴിവുള്ളവരല്ല. അതുകൊണ്ടു തന്നെ ഒരേ അച്ചിലിട്ട് അവരെ രൂപപ്പെടുത്താനും ശ്രമിക്കരുത്. വ്യക്തികളുടെ എണ്ണമറ്റ മറ്റുകഴിവുകൾ പ്രകാശിപ്പിക്കുന്നതിലാകണം, മറിച്ച് വൈകല്യങ്ങളിൽ ശ്രദ്ധ കേന്ദ്രീകരിച്ച് കുറ്റപ്പെടുത്തുന്നതിലാകരുത് സമൂഹം താല്പര്യം കാണിക്കേണ്ടത്.

# പരസ്യക്കെണികളും ഇൻസ്റ്റന്റ് ഭക്ഷണവും

കഴിഞ്ഞ കാൽ നൂറ്റാണ്ടിലേറെയായി ഇന്ത്യൻ നഗരങ്ങളിൽ ഏതാനും മിനുട്ടുകൾ കൊണ്ട് തയ്യാറാക്കാവുന്ന റെഡിടുകുക്ക് നൂഡിൽപാക്കറ്റുകൾ ലഭ്യമാണ്. ഇന്ത്യയിലെ ഏറ്റവും വിൽപനയുള്ള ഫാസ്റ്റ് മൂവിംഗ് കൺസ്യൂമർ ഗുഡ്സ് (എഫ്എംസിജി) ആണ് ഇത്തരത്തിൽപെട്ട ഒരു ബ്രാൻഡ്. കുഗ്രാമങ്ങളിലെ കടകളിൽ പോലും ഇവ യഥേഷ്ടം കിട്ടും. അടുക്കളകളിൽ നിന്ന് പത്തിരിയും പുട്ടും ചപ്പാത്തിയും ഇഡ്ഡലിയും വടയും അടുത്തകാലത്ത് തന്നെ അപ്രത്യക്ഷമാവുന്നെങ്കിൽ ഒന്നാം പ്രതി ഇൻസ്റ്റന്റ് നൂഡിൽ എന്ന ഈ ദ്രുതഭക്ഷണമായിരിക്കും. എളുപ്പത്തിലും വേഗത്തിലും തയ്യാറാക്കാം, വിലക്കുറവ്, രുചി എന്നിവയാണ് കുടുംബങ്ങളെ നൂഡിൽസ് അടിമകളാക്കുന്നത്. അച്ഛനും അമ്മക്കും മക്കൾക്കും അതിരാവിലെ ജോലിക്കും പഠനത്തിനും തയ്യാറാവേണ്ട അവസ്ഥ വന്നപ്പോൾ, പ്രഭാതഭക്ഷണം തയ്യാറാക്കാൻ ചെലവിടേണ്ട ഒന്നോ ഒന്നരയോ മണിക്കൂറുകൾ ലാഭിക്കാൻ ഇവ സഹായിച്ചു. പൊണ്ണത്തടിക്കും ഫാസ്റ്റ്ഫുഡ് അടിമത്വത്തിനും ഇവ പ്രധാനകാരണമാണ്.

2008 ഒക്ടോബറിൽ ഇത്തരം ഭക്ഷണങ്ങൾ പുറത്തിറക്കുന്ന നെസ്‌ലെ കമ്പനി ഒരു അബദ്ധത്തിൽ ചാടി. ബംഗ്ലാദേശിലെ ടിവി ചാനലുകൾക്കായി തയ്യാറാക്കിയ ഒരു പരസ്യം ലണ്ടനിൽ നിന്നുള്ള നേപ്പാളി ടിവിയിൽ പോയി. കരുത്തുറ്റ മാംസപേശികളും എല്ലും മുടിയും ഉണ്ടാവാൻ മാഗി ബ്രാൻഡിന് സാധിക്കുമെന്നായിരുന്നു പരസ്യം. തെളിവില്ലാത്ത ഇത്തരം അവകാശവാദങ്ങൾ ഉന്നയിക്കുന്നതിനെ വിലക്കുന്ന യൂറോപ്യൻ യൂണിയൻ ഉപഭോക്തൃ

സംരക്ഷണനിയമങ്ങൾ നെസ്‌ലെ പാലിച്ചില്ലെന്ന്, പരസ്യം ശ്രദ്ധയിൽ പെട്ട ബ്രിട്ടിഷ് അഡ്വടൈസിംഗ് സ്റ്റാൻഡേർഡ്സ് അതോറിറ്റി അറിയിച്ചു. അതോറിറ്റി ഉദ്ധരിച്ചത് ബ്രിട്ടനിലെ ഫുഡ് സ്റ്റാൻഡേഡ് ഏജൻസിയെയാണ്. ഒരു ഭക്ഷ്യവസ്തു പ്രോട്ടീൻ റിച്ച് ആയി അറിയപ്പെടണമെങ്കിൽ 12 ശതമാനമെങ്കിലും പ്രോട്ടീൻ കണ്ടന്റ് അതിലുണ്ടായിരിക്കണം. മാഗി നൂഡിൽസിൽ അത് പത്ത് ശതമാനം മാത്രമായിരുന്നു. ഒരു നൂറ് ഗ്രാം സെർവിംഗിൽ 15 ശതമാനമെങ്കിലും ഉണ്ടെങ്കിലേ ഒരുൽപന്നത്തെ കാൽസ്യം റിച്ച് എന്ന് വിശേഷിപ്പിക്കാനാവൂ, എന്നാൽ മേൽപ്പറഞ്ഞ നൂഡിൽസിലെ കാൽസ്യത്തിന്റെ അളവ് നിർണയിക്കപ്പെട്ടിട്ടില്ലായിരുന്നു. നൂഡിൽ സിലുള്ള പ്രോട്ടീൻ കരുത്തുറ്റ പേശികളും എല്ലുകളും ഉണ്ടാകാൻസ ഹായിക്കുകയില്ലെന്ന് ശക്തമായ തെളിവുണ്ടെന്നും ആ നിലക്ക് പരസ്യം തെറ്റിദ്ധരിപ്പിക്കുന്നതായിരുന്നുവെന്നും നേപ്പാളി ടിവി അത് സംപ്രേഷണം ചെയ്യരുതായിരുന്നുവെന്നും അതോറിറ്റി അഭി പ്രായപ്പെട്ടു. തങ്ങളുടെ എല്ലാ ആരോഗ്യപരമായ അവകാശവാദങ്ങളും പ്രാദേശിക നിയമവുമായി ഒത്തുപോകുന്നതിനായി കഠിനപരിശ്രമം നടത്തിയിട്ടുണ്ടെന്നും, പരസ്യം ഉദ്ദേശിക്കപ്പെട്ടിട്ടുള്ള ബംഗ്ലാദേശ് മാർക്കറ്റിലെ നിയമങ്ങൾ തങ്ങൾ അനുസരിച്ചിട്ടുണ്ടെന്നും പരസ്യം യുകെയിൽ സംപ്രേഷണം ചെയ്യാനുള്ളതായിരുന്നില്ലെന്നുമായിരുന്നു നെസ്‌ലെയുടെ മറുപടി!

ലണ്ടനിലെ നേപ്പാളി ടിവിയിൽ വന്ന സമാനമായ മറ്റൊരു പരസ്യത്തോടനുബന്ധിച്ച കേസ് കൂടി വായിക്കുക. ഹോർലിക്സ് നിർമാതാക്കളായ ഗ്ലാക്സോസ്മിത്ത് ക്ലൈൻ ആയിരുന്നു ഇത്തവണ പ്രതികൾ. 869 കുട്ടികളിൽ ഒരു പരീക്ഷണം നടന്നെന്നും ഹോർലിക്സ് കഴിച്ച കുട്ടികൾ ഓട്ടത്തിലും നീന്തലിലും മുന്നിലെത്തി യെന്നുമായിരുന്നു അവകാശവാദം. അതിനും കമ്പനി വക്താവിന്റെ മറുപടി ആ പരസ്യം യുകെയിലേക്കുള്ളതല്ലെന്നും തികച്ചും വ്യത്യസ്ത മായ ഫോർമുലയും ഉൽപന്നവുമാണ് ഇന്ത്യയിലേതെന്നുമായിരുന്നു. വികസിത രാജ്യങ്ങളിലും വികസ്വരരാജ്യങ്ങളിലും ബഹുരാഷ്ട്ര ഭക്ഷ്യ,

കുടിവെള്ള കമ്പനികൾ ഗുണമേൻമയുടെ കാര്യത്തിൽ വ്യത്യസ്ത മായ മാനദണ്ഡങ്ങളാണ് പാലിക്കുന്നതെന്ന് നേരത്തെ പെപ്സി യുടെയും കൊക്കോ കോളയുടെയും കാര്യത്തിൽ സെന്റർ ഫോർ സയൻസ് ആന്റ് എൻവയേൺമെന്റ് തെളിയിച്ചതാണ്.

വികസിതരാജ്യങ്ങളിൽ അനാരോഗ്യകരമായ ഒരു ജങ്ക് ഫുഡ്

ആയാണ് ഇൻസ്റ്റന്റ് നൂഡിലുകൾ അറിയപ്പെടുന്നത്. ഒരു സിംഗിൾ സെർവിംഗിൽ, നിങ്ങൾക്ക് ആവശ്യത്തിലേറ്റ് കാർബോഹൈഡ്രേറ്റ് ലഭിക്കും, പക്ഷേ ഫൈബറുകളോ വിറ്റാമിനുകളോ മിനറലുകളോ കമ്മി. സാധാരണഗതിയിൽ നിർമാണപ്രക്രിയയുടെ ഭാഗമായി തന്നെ ഫ്രെഫഡ് ആയാണ് ഇൻസ്റ്റന്റ് നൂഡിലുകൾ പുറത്തു വരുന്നത്, ഇത് ഉയർന്ന നിരക്കിലുള്ള പൂരിത കൊഴുപ്പുകളും ട്രാൻസ്ഫാറ്റുകളും ഇതിലടങ്ങാൻ കാരണമാകുന്നു.

മുതിർന്നവർക്കും നാലു വയസ്സിനുമുകളിൽ പ്രായമുള്ളവർക്കും അനുവദനീയമായ സോഡിയംഉപ്പിന്റെ പ്രതിദിന അളവായി ചില രാജ്യങ്ങളിൽ കണക്കാക്കിയിരിക്കുന്നത് 2400 മില്ലിഗ്രാം ആണ്. എന്നാൽ ചില ബ്രാൻഡുകളുടെ പാക്കേജിൽ 3000 മില്ലിഗ്രാം വരെ ഉപ്പ് അടങ്ങിയിരിക്കുന്നു. നൂഡിലുകളും രുചിക്ക് അടിസ്ഥാനം നൽകുന്ന സൂപ്പ് ബേസുകളിലും ഉയർന്ന അളവിലുള്ള മോണോസോഡിയം ഗ്ലൂട്ടാമേറ്റ് (എംഎസ്ജി) അടങ്ങിയിരിക്കുന്നു. നാം അജിനോമോട്ടോ എന്ന് വിളിക്കുന്ന വളരെ ഷേഡി ആയിട്ടുള്ള, ഒരുപാട് രോഗങ്ങൾക്ക് കാരണമാകുന്നുവെന്ന് പരക്കെ വിശ്വസിക്കപ്പെടുന്ന പരൽരൂപത്തിലുള്ള ഒരു രാസപദാർഥമാണ് എംഎസ്ജി. നൂഡിലുകളെ ബ്ലോക്കുകളായി ഒട്ടാൻ സഹായിക്കുന്ന പശകളിൽ നിന്ന് ഡയോക്സിനുകളും ഹോർമോണിന് സമാനമായ വസ്തുക്കളും രാസപരമായി വേർതിരിച്ചെടുക്കാനാവും. ഉപദ്രവകാരികളായ വസ്തുക്കൾ, ചൂടുവെള്ളമൊഴിക്കുന്നതിലൂടെ ഇൻസ്റ്റന്റ് നൂഡിലുകളിൽ കിനിഞ്ഞിറങ്ങുന്നതായാണ് മറ്റൊരു കണ്ടെത്തൽ. ഒട്ടനവധി പരീക്ഷണങ്ങൾക്കു ശേഷം, വിവിധ ബോഡികൾ നൂഡിൽസ് പാക്ക് ചെയ്യുന്ന രീതിയിൽ മാറ്റം വരുത്താൻ ആവശ്യപ്പെട്ടിട്ടുണ്ട്. മറ്റൊരു കാര്യം, ഇൻസ്റ്റന്റ നൂഡിലുകൾ ഉൾപ്പെടെയുള്ള എല്ലാ വറുത്തെടുത്ത ഭക്ഷണങ്ങളുമായും പൊതുവായി ബന്ധപ്പെട്ടതാണ്; അനുയോജ്യമായ ഊഷ്മാവിൽ എണ്ണകൾ സൂക്ഷിച്ചില്ലെങ്കിൽ, അല്ലെങ്കിൽ ആവശ്യമുള്ളപ്പോൾ മാറ്റാതെ വീണ്ടും വീണ്ടും ഉപയോഗിക്കുമ്പോൾ ഓക്സിഡേഷൻ വഴി ഹാനികരമായ നിരവധി ഉപോൽപ്പന്നങ്ങൾ ഉണ്ടാവുന്നു.

അഞ്ചു വയസ്സിൽ താഴെയുള്ള കുട്ടികളിൽ പോഷകം ആഗിരണം ചെയ്യാനുള്ള കഴിവിനെ ഇൻസ്റ്റന്റ് നൂഡിലുകൾ കുറക്കുന്നതായി ആർലീൻ എർസെൻബെർഗ് തന്റെ 'വാട്ട് ടു എക്സ്പെക്ട് വെൻ യു ആർ എക്സപെക്ടിംഗ് എന്ന ഗ്രന്ഥത്തിൽ പറയുന്നു. വലിയ അളവുകളിൽ അവ കഴിക്കുന്ന ഗർഭിണികളിൽ വ്യാപകമായ ഗർഭഛിദ്രം

ഇംഗ്ലണ്ടിൽ റിപ്പോർട്ട് ചെയ്യപ്പെട്ടതായി പുസ്തകം പറയുന്നു. നൂഡിൽ സിനെതിരെയുള്ള പരാതികൾ വ്യാപകമായതിനെ തുടർന്ന് ഇപ്പോൾ ആരോഗ്യ ബോധവൽകരണം കൂടിയാണ് നൂഡിൽസ് പരസ്യങ്ങൾ. മാഗിയുടെ ഹെൽത്ത് ഭീ, ടേസ്റ്റ് ഭീ പരസ്യങ്ങൾ ശ്രദ്ധിക്കുക.

ഹോൾവീറ്റ് അഥവാ മൈദയല്ലാത്ത, തൊലി നീക്കാത്ത ശുദ്ധ ഗോതമ്പ് ഉപയോഗിച്ചുള്ള ആട്ട നൂഡിൽസുകൾ വിപണിയിലുണ്ട ത്രെ. നമ്മൾ വീടുകളിൽ ചപ്പാത്തി ഉണ്ടാക്കുന്ന ആട്ട അല്ല ഈ ആട്ട പല വിദഗ്ധരും അഭിപ്രായപ്പെട്ടിട്ടുണ്ട്. ആട്ടയും മൈദയും കലർത്തുകയും, അല്ലെങ്കിൽ ഗോതമ്പിന്റെ ഫൈബറുകൾ മൈദയിൽ ചേർക്കുകയുമാണത്രെ വീറ്റ്ബ്രഡ് എന്ന അവകാശവാദത്തോടെ ഇറങ്ങുന്ന ഉൽപന്നങ്ങളിലും നിർമാതാക്കൾ ചെയ്യുന്നത്.

# ഇടതുപക്ഷക്കാരനോ വലതു പക്ഷക്കാരനോ?

താഴെ കൊടുത്തിരിക്കുന്ന ബോക്സിലെ വാക്കുകളോരോന്നും അല്പം ഉറക്കെ കഴിവതും വേഗം വായിക്കുക.

GREEN YELLOW BLUE ORANGE WHITE RED GREEN BLUE ORANGE YELLOW WHITE GREEN RED BLUE WHITH GREEN ORANGE YELLOW ORANGE BLUE GREEN RED WHITE YELLOW RED BLUE YELLOW ORANGE RED WHITE BROWN WHITE YELLOW ORANGE YELLOW

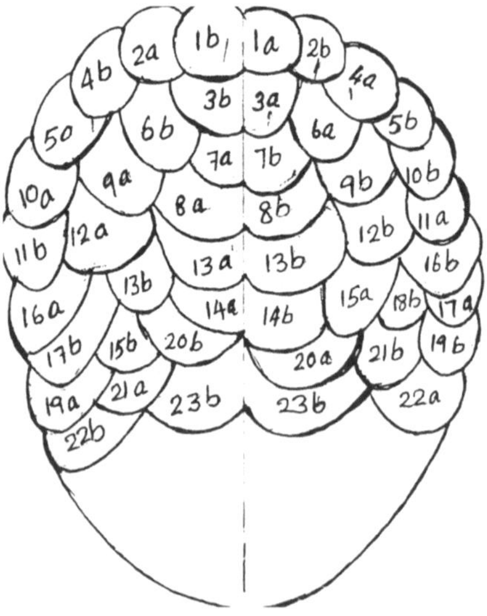

വാക്കുകൾ ചുമ്മാവായിച്ചു പോവുക മാത്രമാണ് നിങ്ങൾ ചെയ്യുന്നതെങ്കിൽ മസ്തിഷ്കത്തിന്റെ വലതുപക്ഷമാണ് നിങ്ങൾ കൂടുതൽ ഉപയോഗപ്പെടുത്താറുള്ളതെന്ന് സംശയിക്കേണ്ടിരിക്കുന്നു. മറിച്ച് വാക്കുകളോടൊപ്പം നിറങ്ങളുമായി അവക്കുള്ള ബന്ധമില്ലായ്മ ഒറ്റ നോട്ടത്തിൽ നിങ്ങളുടെ ശ്രദ്ധയിൽപ്പെടുന്നുവെങ്കിൽ നിങ്ങളുടെ ചിന്തകളെ ഇടതുമസ്തിഷ്ക്കമാണ് കൂടുതൽ സ്വാധീനിക്കുന്നതെന്ന് കരുതാം.

**(വാക്കുകളും നിറങ്ങളും തമ്മിലുള്ള പൊരുത്തമില്ലായ്മ നിങ്ങളുടെ ശ്രദ്ധയിൽപെട്ടിട്ടില്ലെങ്കിൽ ഒന്നുകൂടി ശ്രദ്ധിച്ച് നോക്കുക.)**

ചില ആളുകൾ അതിമനോഹരമായി പെയിന്റ് ചെയ്യുമെങ്കിലും അക്കങ്ങൾതമ്മിൽ കൂട്ടലും കുറക്കലും പോലുള്ള ലഘുഗണിത ക്രിയകൾ പോലും തെറ്റാതെ ചെയ്യാൻ പാടുപെടുന്നത് കണ്ടിട്ടില്ലേ? ചിലർക്കാണെങ്കിലോ കണക്കുകൂട്ടലിന്റെ സങ്കീർണതകൾ വളരെ എളുപ്പത്തിൽ മനസ്സിലാകും. പക്ഷേ ഒരു പേജ് ഉപന്യാസമെഴുതാൻ അവരെ കൊണ്ടാവില്ല. ചിലർക്ക് ആളുകളുടെ പേരുകൾ ഓർക്കാം. എന്നാൽ അവരുടെ രൂപങ്ങൾ ഓർക്കാൻ ആവില്ല. നമ്മുടെ ചിന്തകളിൽ, ചിന്താശൈലികളിൽ, തലച്ചോറിന്റെ ഏതെങ്കിലും ഒരു ഭാഗം ആധിപത്യംപുലർത്തുന്നുണ്ടെന്ന് ഇതിൽ നിന്നും വ്യക്തമല്ലേ?

തലച്ചോറിന്റെ രണ്ട് ഭാഗങ്ങളും ഒരുപോലെ സജീവമാകുമ്പോഴാണ് ഓർമ്മിക്കാനുള്ള കഴിവ് ശക്തമാകുന്നത്. അതുകൊണ്ട് ഓർമ്മശക്തി വർധിപ്പിക്കാൻ തലച്ചോറിന്റെ ഇടതുവലതു പക്ഷങ്ങളെ (അർധ ഗോളങ്ങളെ) പരസ്പരപൂരകങ്ങളായ വിധത്തിൽ പ്രവർത്തിക്കതക്ക വിധത്തിൽ മാറ്റിയെടുക്കാൻ ബോധപൂർവ്വം ശ്രമിക്കേണ്ടതുണ്ടിയിരിക്കുന്നു. ഇടതു ഭാഗത്തിന് പ്രഭാവം കുറവാണെന്ന് തോന്നുന്നവർ വിശകലന ശേഷി വർധിപ്പിക്കുന്ന പസിലുകൾ പോലുള്ള എക്സസൈസുകൾ ധാരാളമായി ചെയ്യണം. വലതു ഭാഗത്തിനാണ് പ്രഭാവം കുറവെങ്കിൽ ഭാവനാ ശക്തി കൂട്ടുന്ന ധ്യാനം, വിഷ്വലൈസേഷൻ പോലുള്ള എക്സൈസുകൾ ദിനചര്യയുടെ ഭാഗമാക്കണം. പക്ഷേ ഇതിനെല്ലാം മുന്നോടിയായി നിങ്ങൾ ഏതുപക്ഷക്കാരനാണെന്ന് മനസ്സിലാക്കിയിരിക്കേണ്ടത് അത്യാവശ്യമാണ്. താഴെ കൊടുത്തിരിക്കുന്ന ചോദ്യാവലി സശ്രദ്ധം വായിച്ച ശേഷം നിങ്ങളെ സംബന്ധിച്ചിടത്തോളം ഏറ്റവും കൂടുതൽ ശരിയെന്ന് തോന്നുന്ന ഉത്തരങ്ങൾ പെൻസിൽ കൊണ്ട് റൗണ്ട് ചെയ്യുക.

1. തിരക്കില്ലാത്ത ഒരു തിയേറ്ററിലേക്കോ ഓഡിറ്റോറിയത്തിലേക്കോ ക്ലാസ്റൂമിലേക്കോ നിങ്ങൾ പ്രവേശിക്കുകയാണെന്നിരിക്കട്ടെ. ഏതുവശത്തിരിക്കാനാണ് നിങ്ങൾ താല്പര്യപ്പെടുക?

(A) വലത്ത്

(B) ഇടത്ത്

2. താഴെ പറയുന്ന രണ്ട് വിഷയങ്ങളിലൊന്ന് തിരഞ്ഞെടുക്കാൻ പറഞ്ഞാൽ നിങ്ങൾ ഏതു വിഷയം തിരഞ്ഞെടുക്കും.

(A) ഗണിതശാസ്ത്രം

(B) സാഹിത്യം

3. പെട്ടെന്നുള്ള "വെളിപ്പാടുകൾ" പോലുള്ള ചിന്തകൾ എപ്പോഴെങ്കിലും നിങ്ങളുടെ മനസ്സിൽ ഉദിക്കാറുണ്ടോ?

(A) ഉണ്ട്

(B) ഇല്ല

4. അത്തരം വെളിപാടുകളെ നിങ്ങൾ ഗൗരവത്തിലെടുക്കാറുണ്ടോ?

(A) ഉണ്ട്

(B) ഇല്ല

5. നിങ്ങൾ നിങ്ങളുടെ നിത്യോപയോഗ വസ്തുക്കളെല്ലാം അതിന്റെ സ്ഥാനങ്ങളിൽ അടുക്കും ചിട്ടയും തെറ്റാതെ വെക്കുന്ന പ്രകൃതക്കാരനാണോ?

(A) അതെ

(B) അല്ല

(C) ചിലപ്പോഴെല്ലാം

6. നിങ്ങളൊരു ഡാൻസ് ക്ലാസ്സിൽ പങ്കെടുക്കുകയാണെങ്കിൽ ഏതു വിധത്തിൽ ചുവടുവെക്കാനാണ് ഇഷ്ടപ്പെടുക?

(A) മറ്റുള്ളവരെ അനുകരിച്ചുകൊണ്ടുള്ള ചുവടുവെപ്പ്

(B)ഒരു പ്രത്യേക ക്രമത്തെ (Sequence) പിന്തുടർന്ന് കൊണ്ടുള്ള ചുവടുവെപ്പ്

(C) മുകളിൽ പറഞ്ഞ രണ്ടുവിധവും ചേർന്ന ചുവടുവെപ്പ്.

7. വീട്ടിലെ ഫർണിച്ചറുകളുടേയും മറ്റും സ്ഥാനങ്ങൾ നിങ്ങൾ

ഇടക്കിടെ മാറ്റികൊണ്ടിരിക്കാറുണ്ടോ?

(A) ഉണ്ട്

(B) ഇല്ല

8. വാച്ചിന്റെ സഹായം കൂടാതെ ഏകദേശ സമയം ഊഹിച്ച പറയാൻ നിങ്ങൾക്ക് കഴിയുമോ?

(A) കഴിയും

(B) കഴിയില്ല

(C) ചിലപ്പോഴെല്ലാം

9. ആൾജിബ്രയോ, ജ്യോമട്രിയോ നിങ്ങൾക്ക് കൂടുതൽ എളുപ്പം?

(A) ആൾജിബ്ര

(B) ജ്യോമട്രി

10. ആളുകളുടെ പേരോ മുഖമോ നിങ്ങൾക്ക് ഓർക്കാൻ എളുപ്പം?

(A) പേര്

(B) മുഖം

(C) രണ്ടും

11. ഏതെങ്കിലും വിഷയത്തെ കുറിച്ച് നിങ്ങളുടെ ചിന്തകൾ ആവിഷ്ക്കരിക്കാൻ ആവശ്യപ്പെട്ടാൽ നിങ്ങൾ അത് വാക്കുകളിലൂടെ അവതരിപ്പിക്കാനോ ഗ്രാഫിക് രൂപത്തിൽ അവതരിപ്പിക്കാനോ ഇഷ്ടപ്പെടുക?

(A) ചിത്രരൂപത്തിൽ

(B) വാക്ക് രൂപത്തിൽ

12. മറ്റൊരാളുമായി സംസാരിച്ചകൊണ്ടിരിക്കുമ്പോൾ അദ്ദേഹത്തിന്റെ വാക്കുകളേ അർഥത്തിലോ (എന്ത് പറയുന്നുവെന്നതിലോ) ശബ്ദത്തിന്റെ ആരോഹണവരോഹണാദികളിലൊ (എങ്ങിനെപറയുന്നുവെന്നതിലോ) നിങ്ങൾ അധികം ശ്രദ്ധയൂന്നുക?

(A) എന്തു പറയുന്നുവെന്നതിൽ

(B) എങ്ങിനെപറയുന്നുവെന്നതിൽ

13. സംസാരവേളയിൽ കൈകൾകൊണ്ടു നിങ്ങൾ എന്തുമാത്രം

ആംഗ്യങ്ങൾ കാണിക്കാറുണ്ട്?

(A) കുറച്ചുമാത്രം

(B) ധാരാളമായി

14. പാട്ടുകേട്ടുകൊണ്ട് വായിക്കുകയോ പഠിക്കുകയോ ചെയ്യുന്നത് നിങ്ങൾക്കിഷ്ടമാണോ?

(A) അതെ

(B) അല്ല

15. പഠിക്കുമ്പോൾ ആശയങ്ങൾ മൊത്തതിൽ മനസ്സിലാക്കുന്നതോ ഏതെങ്കിലും പ്രത്യേകാശയത്തിൽ കേന്ദ്രീകരിച്ച് പഠിക്കുന്നതോ നിങ്ങൾക്ക് കൂടുതൽ എളുപ്പം?

(A) പ്രധാന ആശയങ്ങൾ

(B) പ്രത്യേകാശയങ്ങൾ

16. എവിടേയെങ്കിലും നിവർന്ന് നിന്നുകൊണ്ട് ചിന്തിക്കുന്നതൊ കിടന്നുകൊണ്ട് ചിന്തിക്കുന്നതോ നിങ്ങൾക്കിഷ്ടം?

(A) നിവർന്നിരുന്ന് കൊണ്ട്

(B) കിടന്നുകൊണ്ട്

17. കാര്യങ്ങൾ എടുത്തുചാടി ചെയ്യുന്നതോ വരുംവരായ്കളെ കുറിച്ച് ശരിയാംവണ്ണം വിശകലനം ചെയ്ത ശേഷം ശ്രദ്ധയോടെ ചെയ്യുന്നതോ നിങ്ങളുടെ രീതി?

(A) എടുത്തുചാടി ചെയ്യുന്നത്

(B) വേണ്ടത്ര ആലോചനയോടെ മാത്രം ചെയ്യുന്നത്.

18. നിങ്ങളൊരു ഗണിത പ്രശ്നം ചെയ്യുന്നു. ഉത്തരവും കിട്ടി. എങ്കിൽ താഴെ പറയുന്ന ഏത് പ്രസ്താവനയാണ് നിങ്ങളെ സംബന്ധിച്ചിട ത്തോളം കൂടുതൽ ശരി?

(A) ഉത്തരം കിട്ടിയത് എങ്ങിനെയെന്ന് എനിക്ക് വിശദീകരി ക്കാൻ കഴിയും

(B) ഉത്തരം കിട്ടിയത് ശരി. പക്ഷേ അതെങ്ങിനെയാണെന്ന് വിശദീകരിക്കാൻ എനിക്കു കഴിയില്ല.

19. വിവരങ്ങൾ നിരനിരയായി ലിസ്റ്റ് രൂപത്തിൽ അവതരിപ്പിക്കുന്നതോ

ഗ്രാഫിക് ശൈലിയിൽ അവതരിപ്പിക്കുന്നതോ നിങ്ങൾക്കിഷ്ടം?

(A) ലിസ്റ്റ് രൂപത്തിൽ

(B) ഗ്രാഫിക് ശൈലിയിൽ

20. സ്വന്തം കൈപ്പടയിൽ എഴുതിയ നോട്ടുകളൊ പ്രിന്റെടുത്ത നോട്ടുകളൊ നിങ്ങൾ ഇഷ്ടപ്പെടുന്നത്?

(A) പ്രിന്റുകൾക്ക് മുൻഗണന നല്കുന്നു

(B) കൈപ്പടയാണിഷ്ടം

(C) രണ്ടും

21. വളരെ "റിലാക്സ്സായി" ഒരു കസേരയിൽ നിവർന്നിരിക്കുക. കൈകൾ കോർത്തു പിടിച്ച നിലയിൽ മടിയിൽ വിശ്രമിക്കട്ടെ. ഇപ്പോൾ നിങ്ങളുടെ ഏത് വിരലാണ് മുകളിൽ?

(A) ഇടത്

(B) വലത്

(C) സമാന്തരം

22. നിയമങ്ങളോടുള്ള നിങ്ങളുടെ മനോഭാവം എന്താണ്?

(A) കാര്യങ്ങൾ ഭംഗിയായി നടന്നുപോകുന്നുവെങ്കിൽ അല്പസ്വല്പംനിയമ ലംഘനമാവാം

(B) നിയമങ്ങൾ കർശനമായി പാലിക്കപ്പെടേണ്ടതാണ്

(C) ചില്ലറ നിയമലംഘനങ്ങളിലൂടെയേ പുരോഗതി കൈവരൂ.

23. നിങ്ങളുടെ മേശപ്പുറം വൃത്തിയായി അടുക്കി വെക്കപ്പെട്ട അവസ്ഥയിലോ ആകെ അലങ്കോലപ്പെട്ട അവസ്ഥയിലോ സാധാരണ കാണപ്പെടാറുള്ളത്?

(A) അലങ്കോലപ്പെട്ട അവസ്ഥയിൽ

(B) വൃത്തിയായി അടുക്കിവെക്കപ്പെട്ട അവസ്ഥയിൽ

## വിശകലനം

ചോദ്യാവലിയിലെ ഉത്തരങ്ങളുടെ അടയാളപ്പെടുത്തൽ പൂർത്തിയായി കഴിഞ്ഞാൽ മുൻപേജിൽ കൊടുത്തിരിക്കുന്ന തലച്ചോറിന്റെ ഡയഗ്രത്തിൽ നിങ്ങൾ അടയാളപ്പെടുത്തിയ ഉത്തരങ്ങളുടെ നമ്പർ കാണുന്ന ഭാഗങ്ങൾക്ക് നിറം കൊടുക്കുക. ഇടതും വലതും

വ്യത്യസ്തനിറങ്ങളാകുന്നത് നന്നായിരിക്കും. ഏതെങ്കിലും ചോദ്യങ്ങളിലെ ഉത്തരം C ആണെങ്കിൽ ഇരുഭാഗങ്ങളിലും നിറം കൊടുക്കണം.

ഉദാഹരണം അഞ്ചാമത്തെ ചോദ്യത്തിന്റെ ഉത്തരം ര ആണെങ്കിൽ 5 A യും 5 B യും ഷേഡ് ചെയ്യുക.

ചുരുങ്ങിയത് 23 ഉത്തരങ്ങളെങ്കിലും കാണും. പരമാവധി 30 വരെ പോകാം.

മൊത്തം ഉത്തരങ്ങളുടെ എണ്ണം :.......... ഇത് 20 നും 30 നും ഇടയിലായിരിക്കും

ഇടതുഭാഗം : ............

വലതുഭാഗം: .............

ചോദ്യാവലി പ്രകാരം നിങ്ങൾ ഇടതുപക്ഷക്കാരനോ, വലതുപക്ഷക്കാരനോ? .........

## ഇടതുപക്ഷമോ / വലതുപക്ഷമോ ?

ചോദ്യാവലിപ്രകാരം നിങ്ങൾ ഇടതുപക്ഷക്കാരനോ/കാരിയോ വലതുപക്ഷക്കാരനോ/കാരിയോ എന്ന് മനസ്സിലാക്കിക്കഴിഞ്ഞിരിക്കും.

തലച്ചോറിന്റെ ഇടതുഭാഗവും വലതുഭാഗവും പ്രത്യേകം പ്രത്യേകം ശേഷികളെയാണ് പ്രതിനിധീകരിക്കുന്നത്.

| വലതുപക്ഷം | ഇടതുപക്ഷം |
|---|---|
| സർഗാത്മകശേഷികൾ | അക്കാദമിക് ശേഷികൾ |
| ചിത്രരചന | കണക്ക് |
| സാഹിത്യം | ഇംഗ്ലീഷ് ഗ്രാമർ |
| ഭാവന | എഞ്ചിനീയറിംഗ് |
| സാമൂഹ്യപ്രവർത്തനത്തിനുള്ള താല്പര്യം | |

സാധാരണയായി വ്യക്തികൾക്ക് തലച്ചോറിന്റെ ഏതെങ്കിലും ഒരു ഭാഗമാണ് പ്രബലമായിക്കണ്ടുവരുന്നത്. രണ്ടുഭാഗവും തുല്യനിലയിൽ കാണുന്നവരും ഇല്ലാതില്ല. ജീവിതവിജയം സാധ്യമാവാൻ ഈ രണ്ടുഭാഗവും ശക്തിപ്പെടുകയാണ് വേണ്ടത്.

# സമയത്തെ നിയന്ത്രിക്കുക

## ആദ്യത്തെ നിയമം :

*“ഒരിക്കലും മനഃപാഠം ചെയ്യരുത്*

*തലയിൽ എല്ലാം കൂടി കുത്തി നിറയ്ക്കരുത്”*

മുൻപ് സമയക്രമീകരണത്തെ കുറിച്ച് നമ്മൾ ചർച്ച ചെയ്തതാണ്. പരീക്ഷകൾ അടുക്കുമ്പോഴാണ് അത് കൂടുതൽ നിർണ്ണായകമാകുന്നത്.

പരീക്ഷകൾക്കു ഒരു ആഴ്ച മുൻപ് കൂടുതൽ സമയം പരീക്ഷയ്ക്കുവേണ്ടിയുള്ള തയ്യാറെടുപ്പുകൾക്കു വേണ്ടി മാറ്റിവയ്ക്കുവാൻ ശ്രമിക്കുക. കുറഞ്ഞത് ഒരു മണിക്കൂറെങ്കിലും അധികമായി താഴെ കൊടുത്തിരിക്കുന്ന പട്ടിക പ്രകാരം രാവിലെയോ രാത്രിയോ ചിലവഴിക്കാൻ ശ്രമിക്കണം. മറ്റുള്ള കര്യങ്ങളെല്ലാം ഒഴിവാക്കി കൊണ്ട് ദിവസം മുഴുവൻ (രാത്രിയോ, പകലോ) പഠനത്തിനു വേണ്ടി മാത്രം മാറ്റി വയ്ക്കുക. നിങ്ങൾക്കു തീർച്ചയായും വിശ്രമം വേണ്ടിവരും. പക്ഷേ അന്നു പഠിക്കാനുള്ള കാര്യങ്ങൾ പൂർത്തിയാക്കിയതിനു ശേഷം മാത്രമേ കഴിവതും വിശ്രമിക്കാവൂ. ഒരുപക്ഷേ ദിവസത്തിൽ രണ്ടു പരീക്ഷകൾ ഉണ്ടെങ്കിൽ ദിവസത്തെ തുല്യമായി വീതിക്കുക.

പരീക്ഷകൾക്കു തൊട്ടുമുൻപ് മാത്രം പഠനത്തിനായി ഇരിക്കുന്ന ശീലമുള്ളവരാണെങ്കിൽ കാര്യങ്ങളൊന്നും നിങ്ങളുടെ വരുതിക്ക് വരണമെന്നില്ല. അദ്ധ്യയന വർഷം തുടങ്ങുന്ന സയയത്തുതന്നെ പഠനം ഒരു ശീലമാക്കി കൊണ്ടു വന്നാൽ മാത്രമേ പരീക്ഷകൾക്കു മുൻപുള്ള ദിവസങ്ങളിൽ കഠിനമായി പ്രവർത്തിക്കാൻ സാധിക്കു.

പരീക്ഷകൾക്ക് ഇടവേളകൾ ഉണ്ടെങ്കിൽ പഠിക്കാനുള്ള

സമയത്തെ ആദ്യമേ തന്നെ തീരുമാനിച്ച് കൊണ്ട് പട്ടിക തയ്യാറാക്കണം.

മൂന്നുവിഷയമാണ് പഠിക്കാനുള്ളതെന്നു കരുതുക. ഒന്നാമത്തെ പരീക്ഷയ്ക്കുമുൻപായി രണ്ടു ഒഴിവുദിവസങ്ങളുണ്ടെന്നും കരുതുക. 2ാമത്തെയും 3ാമത്തെയും പരീക്ഷകൾക്കു മുൻപായി ഒരു അവധി ദിവസം കൂടിയുണ്ടെങ്കിൽ എങ്ങിനെ പട്ടിക തയ്യാറാക്കാം എന്നത് ശ്രദ്ധിക്കാം.

ഒരു ദിവസത്തെ മൂന്നു ഭാഗങ്ങളായി തിരിക്കുക

- രാവിലെ
- ഉച്ചതിരിഞ്ഞ്
- വൈകുന്നേരം

പരീക്ഷ നടക്കുന്നത് ഇതിൽ ഏതെങ്കിലും ഒരു പകുതിയിൽ മാത്രമാണെന്നു കരുതുക.

**എങ്കിൽ പഠന സമയത്തെ ഈ പട്ടികപ്രകാരം എത്തരത്തിൽ ക്രമീകരിക്കാം എന്നു നോക്കാം.**

| ദിവസങ്ങൾ | ഭാഗങ്ങൾ | എന്താണ് ചെയ്യേണ്ടത്? |
|---|---|---|
| ഒന്നാം ദിവസം | രാവിലെ<br>ഉച്ചതിരിഞ്ഞ്<br>വൈകുന്നേരം | പരീക്ഷ 1 നു വേണ്ടി തയ്യാറെടുക്കാം<br>പരീക്ഷ 2 നു വേണ്ടി തയ്യാറെടുക്കാം<br>പരീക്ഷ 3 നു വേണ്ടി തയ്യാറെടുക്കാം |
| രണ്ടാം ദിവസം | രാവിലെ<br>ഉച്ചതിരിഞ്ഞ്<br>വൈകുന്നേരം | പരീക്ഷ 1 നു വേണ്ടി തയ്യാറെടുക്കാം<br>പരീക്ഷ 2 അല്ലെങ്കിൽ 3(അല്ലെങ്കിൽ രണ്ടും)<br>പരീക്ഷ 1 നു വേണ്ടി തയ്യാറെടുക്കാം |
| മൂന്നാം ദിവസം | രാവിലെ<br>ഉച്ചതിരിഞ്ഞ്<br>വൈകുന്നേരം | പരീക്ഷ 1 നു വേണ്ടി തയ്യാറെടുക്കാം<br>പരീക്ഷ 1 എഴുതാം<br>പരീക്ഷ 3 നു വേണ്ടി തയ്യാറെടുക്കാം |
| നാലാം ദിവസം | രാവിലെ<br>ഉച്ചതിരിഞ്ഞ്<br>വൈകുന്നേരം | പരീക്ഷ 3 നു വേണ്ടി തയ്യാറെടുക്കാം<br>പരീക്ഷ 2 നു വേണ്ടി തയ്യാറെടുക്കാം<br>പരീക്ഷ 3 നു വേണ്ടി തയ്യാറെടുക്കാം |
| അഞ്ചാം ദിവസം | രാവിലെ<br>ഉച്ചതിരിഞ്ഞ്<br>വൈകുന്നേരം | പരീക്ഷ 2 നു വേണ്ടി തയ്യാറെടുക്കാം<br>പരീക്ഷ 2 എഴുതാം<br>പരീക്ഷ 3 നു വേണ്ടി തയ്യാറെടുക്കാം |
| ആറാം ദിവസം | | പരീക്ഷ 3 എഴുതാം |

## പുനരവലോകനം

* പരീക്ഷക്കു മുൻപായി പഠിച്ച കാര്യങ്ങൾ പുനരവലോകനം ചെയ്യുക

* മുൻചോദ്യകടലാസുകൾ പരിശോധിക്കുക.

നിങ്ങൾ അഭിമുഖീകരിക്കാൻ പോകുന്ന പരീക്ഷയുടെ മുൻവർഷങ്ങളിൽ ചോദിച്ച ചോദ്യകടലാസുകൾ സംഘടിപ്പിച്ച്ഏതൊക്കെ രീതിയിലാണ് ചോദ്യങ്ങൾ വരുന്നതെന്ന് മനസ്സിലാക്കുക. അന്ന് ചോദിച്ചിട്ടുള്ള ചോദ്യങ്ങൾ ഇപ്പോഴും നിങ്ങൾക്കു പഠിക്കാനുള്ളവയാണോ എന്ന് ഉറപ്പുവരുത്തിയതിനു ശേഷം മാത്രം അത് പഠിച്ചെടുക്കുക.

ഏതു മേഖലയിൽ നിന്നാണ് കൂടുതൽ ചോദ്യങ്ങൾ ആവർത്തിച്ചു വരുന്നതെന്നു മനസ്സിലാക്കുക.

**പരീക്ഷ നടക്കുന്ന ആഴ്ചകളിൽ പഠനമല്ലാതെ കുട്ടിയെ പ്രലോഭിപ്പിക്കുന്ന ഒരു കാര്യത്തിലേക്കും ശ്രദ്ധപോകാതിരിക്കാൻ കരുതലെടുക്കണം.**